Ở CUỐI CON ĐƯỜNG HOÀNG HÔN. XA THẲM

NGUYỄN ĐỨC NHÂN

Ở CUỐI CON ĐƯỜNG HOÀNG HÔN. XA THẲM

NHÂN ẢNH 2024

Ở CUỐI CON ĐƯỜNG
HOÀNG HÔN. XA THẲM
Thơ NGUYỄN ĐỨC NHÂN
Ấn bản 2024
Tranh bìa: HOÀNG HÔN XA THẲM - NGUYỄN SÔNG BA
Dàn trang: Công Nguyễn
Biên tập: Hoàng Kim Chi
Nhà xuất bản Nhân Ảnh, California, Hoa Kỳ

ISBN: 979-8-3304-2043-8

VÀI DÒNG HỒI ỨC

Tôi, Nguyễn Đức Nhân, sinh năm 1951, là con trai út của một gia đình nông dân, tại làng Phong Nhị, xã Điện An, huyện Điện Bàn, tỉnh Quảng Nam.

(Ảnh chụp tai Calkutta, India - 2004)

Bắt đầu những năm trung học đệ nhất cấp, tôi đã tập tò làm thơ, tìm đọc mê say các tác phẩm thơ văn tiền chiến, các tạp chí đương thời: Phụ Nữ Diễn Đàn, Phổ Thông, Giữ Thơm Quê Mẹ, Quê Hương...

Năm 1966, vào Saigon, học chương trình trung học đệ nhị cấp, ban C, ban văn chương, tại trường trung học tư thục Trường Sơn. Một trường tư thục hội tụ nhiều giáo sư văn nghệ sĩ – giáo sư tên gọi các thầy cô dạy trung học lúc bấy giờ-- như thầy Vũ Khắc Khoan, kịch tác gia; Nguyễn Sỹ Tế, biên khảo; Thanh Tâm Tuyền, nhà thơ lớn; Nguyễn Xuân Hoàng, nhà văn... Chính tại ngôi trường tư thục nầy, tâm hồn yêu văn nghệ trong tôi đã được đốt nóng.

Tôi không còn nhớ rõ lắm. Chương trình môn văn lớp đệ tam, học sinh học về văn chương bình dân: truyện cổ tích, tục ngữ, ca dao, vè... Tôi/chúng tôi được sự hướng dẫn của thầy Thanh Tâm Tuyền.

Nhân đây, tôi xin ghi lại những vết hằn khó quên. Khó quên, không thể nào quên hình ảnh thầy. Lúc giảng bài, không ngồi, đứng bên cạnh bảng đen, tay cầm viên phấn còn nguyên vẹn, đôi mắt đen sâu không nhìn chúng tôi, thầy nhìn vào bức tường, hoặc, nhìn góc la-phông như đang nhìn vào nơi sâu thẳm trời xa.

Đứng trên bục, thầy giới thiệu: "hôm nay, chúng ta học hỏi, phân tích, làm công tác nghiên cứu,... về truyện cổ tích". Tôi nghĩ thầm: Học hỏi, đúng rồi; phân tích, có thể; làm công tác nghiên cứu, trời quơi! Ừ thì bắt đầu tập làm quen với công tác nghiên cứu.

Thầy chỉ viết lên bảng những từ, những cụm từ cần thiết,để học sinh chú ý, ghi nhớ... Thật buồn cười, giảng thì cứ giảng, tay cầm viên phấn cứ đóng khung những từ, cụm từ thầy vừa mới viết trên bảng; cứ thế, thầy đồ đậm viên phấn lên cái khung hình chữ nhật ấy, không ngừng, đến khi viên phấn cùi mòn mới thôi. Bụi phấn rơi trắng trên bục và hai ống quần của thầy.

Thầy giảng thật tỉ mỉ, sâu sắc... nhưng, giảng cho sinh viên thì mới đủ kiến thức tiếp thu cách thầy giảng dạy. Trong lớp, tôi biết, chỉ vài học sinh nắm được "yếu chỉ" lời giảng của thầy, trong đó có tôi.

Nửa năm đệ tam, lớp 10 bây giờ, tôi có làm 3 bài thơ trên giấy học trò và rụt rè đưa cho thầy Thanh Tâm Tuyền xem thử, thầy kẹp vào sổ tay màu đen; gần một tháng sau, tôi chờ mãi chẳng thấy thầy nói gì. Thật bất ngờ, tôi thấy 3 bài thơ mà tôi rụt rè đưa cho thầy xem trong tháng trước, đã được đăng trên nguyệt san Vấn Đề số 24 (?) - Nguyệt san Vấn Đề do nhà văn Mai Thảo hay kịch tác gia Vũ Khắc Khoan làm chủ bút, nay, tôi không còn nhớ nữa - bày bán tại sạp báo trên lề đường Nguyễn Huệ, Saigon. Thấy tên mình trên tạp chí lớn, tim tôi hồi hộp, hoa mắt, bủn rủn chân tay. Khi đi ngủ. tôi ôm tập nguyệt san Vấn Đề vào lòng, và, cứ tròng trành mãi, cái bản ngã tí tẹo của tôi chòi đạp, có cho tôi ngủ được đâu!

Chuông đổ. hết tiết học của thầy. Thầy nán lại vài phút bảo chúng tôi tìm đọc *Truyện Cổ Nước Nam* của tác giả Ôn Như Nguyễn Văn Ngọc, và, *Việt Nam Văn Học Toàn Thư* của tác giả Hoàng Trọng Miên, để tiết học tới thầy chỉ cho chúng tôi nghiên cứu, phân loại theo chủ đề. Thích quá! Quên đói, tôi đạp xe đạp lên nhà sách Khai Trí, nhân viên bảo: chưa tái bản. Lục lạo các địa chỉ bán sách xôn từ quận 1 đến quận Phú Nhuận mới mua được hai bộ sách ấy; bảo là mua sách xôn nhưng không hề rẻ, tôi phải cắn răng lấy tiền đóng học phí trả cho chủ nhà bán sách báo cũ.

Tình hình chiến sự thập niên 70 rất căng thẳng. Chưa hết năm học, thầy Thanh Tâm Tuyền nghỉ dạy, có lẽ, để lo cho nhật báo Tiền Tuyến và đài phát thanh truyền hình Quân Đội. Tôi thẩn thờ, tiếc nuối.

Tôi rủ người bạn học cùng lớp đến đài phát thanh và truyền hình quân đội để thăm thầy. Thầy dẫn chúng tôi đến CLB uống nước. Thầy không bao giờ dùng cùng loại thức uống với chúng tôi. Tôi kêu cà phê thì thầy kêu đá chanh. Lần khác, tôi kêu đá chanh thì thầy kêu cà phê. Tất nhiên là thầy trả tiền. Thầy hút thuốc "Bastoz xanh" hết điếu nầy đốt điếu khác.

Tại đài phát thanh quân đội, thầy giới thiệu tôi với nhà thơ Viên Linh, nhạc sĩ Nhật Trường Trần Thiện Thanh và nhiều văn nghệ sĩ khác.

Thầy khích lệ tôi sáng tác, từ đó, tôi tự tin, mạnh dạn gởi sáng tác đến các tạp chí lúc bấy giờ và tôi có thơ đăng trên Tuổi Ngọc, Diễn Đàn, Khởi Hành, Vấn Đề, Thời Tập, Văn, Văn Nghệ, Trình Bày, Bách Khoa.

Từ năm 1975 đến năm 2005, 30 năm, hầu như, tôi hoàn toàn không sáng tác.

Một kỷ niệm khó quên khác, tại Chiang-mai, Thái Lan, tôi lên trang mạng tìm đài VOA, để theo dõi tin tức chuyến thăm Mỹ đầu tiên của ông thủ tướng nước CHXHCNVN, Phan Văn Khải, vào ngày 19/5/2005, dưới thời TT G. Bush. Nhờ theo dõi bước chân của vị thủ tướng cộng sản VN đến đất Mỹ tư bản, mà tôi gặp cuộc phỏng vấn của đài VOA với chị Đặng Thơ Thơ, chủ biên damau.org... Từ năm tháng ấy, nhờ cái duyên ấy, tôi cầm bút trở lại. Tôi đã có thơ đăng trên damau.org, tienve.org, vanchuongviet.org và gio-o.com.

Tôi làm thơ là để giải tỏa cảm hứng dồn ập, bức bách, hành hạ tôi bất cứ nơi đâu, bất cứ thời gian nào, ngay giữa đêm khuya; cảm hứng đã thúc hối tôi phải tìm bút ghi vội trên bất cứ loại giấy nào. Khi cảm hứng đã hạ nhiệt, tâm hồn tôi tạnh như bầu trời vừa mới qua ngày mưa gió. Vậy thôi. Tôi không có dự định in thơ mình. Thứ nhất, tôi không biết muốn in một tác phẩm phải bắt đầu từ đâu. Thứ hai, tôi sống phiêu bạt, thay đổi chỗ ở liên tục qua nhiều quốc gia, tôi khó lưu giữ được những gì mà mình đã viết. Thôi, tôi tự nhủ làm độc giả khám phá cái hay, cái đẹp, cái tài hoa trong tác phẩm của tác giả khác cũng thú vị lắm chứ.

Tôi sống khép kín, ít giao thiệp. Bạn học và bạn văn nghệ đếm không đủ 10 đầu ngón tay. Tôi thích sống một mình, khắc kỉ. Thích đi bộ trên những con đường vắng, nhất là đường mòn trong rừng, và, đọc sách.

Tôi đã nhiều năm, đến nhiều nước Âu châu và Nam Á. Mọi chi phí đi lại do hai người bạn, một ở California, Mỹ, và, một ở Hannover, Đức, cung cấp tài chính. Hiện tại, sống chung với bệnh, tôi an trú nơi "Am Đời Gió Bụi" tại thôn Tà Ngào, B'lao, Lâm Đồng. Am do vợ chồng người bạn ở California cất cho, tọa lạc trên sườn đồi, nhìn xuống thung lũng xanh, chung quanh núi non, mây trắng bao bọc. Tôi là người hàng xóm thầm lặng của tộc người K'hor, H'mong, Tày. Thật thú vị! Tôi chọn sống đời tri túc, như đạo sĩ giữa rừng xanh.

NGUYỄN ĐỨC NHÂN

A

A, chiếc lều vải dựng trên đồi nhật-nguyệt
Ta hân hoan tạm trú giữa ngàn xanh
Ngắm sao rụng, nắng chiều rơi rất tuyệt
Phơi ngực trần hứng nắng, gió vây quanh

A, chiếc lều vải cắm giữa đồng xanh biếc
Hương lúa thơm lưu luyến với hương ngô
Hương muôn thuở quyện mồ hôi tha thiết
Áo cơm buồn... xin gởi gió lao xao

A, chiếc lều vải dựng bên bờ bát ngát
Nắng chiều đi, giun dế gọi trăng ngàn
Ta nhắm mắt lắng lòng nghe sông hát
Bài bi ca sông nước mãi xa nguồn

A, chiếc lều vải giữa hoang tàn đá cuội
Ta dang tay ôm sỏi sạn hao gầy
Sỏi lăn lóc chối từ lời an ủi
Đá lầm lì mòn nhẵn gió mưa bay

A, chiếc lều vải trên bãi bồi cát trắng
Mùa thu xưa ta lầm lỡ đánh rơi
Vầng trăng nhỏ vào biển chiều im vắng
Mãi cam đành bất lực bóng trăng ơi!

10/10/2023

M

M. ấy, nhịp cầu xưa giờ đã gãy
Người dang tay đâu nối được hai bờ
Mắt bờ đó, mắt bờ này đứng vẫy
Vẫy hoài công sông tuôn chảy xa mờ

M. ấy, nhịp cầu xưa giờ đã gãy
Người ơi người. ấp ủ thoáng hương xa
Bước hụt hẫng cũng đôi lần lẩy bẩy
Giữa sông đời ướt sũng bóng trăng qua

M. ấy, nhịp cầu xưa giờ đã gãy
Bờ nhìn bờ. gió nắng mộng chưa tan
Sông ngăn cách sóng dập dềnh đùn đẩy
Bóng thiên thu gió giật với mưa ngàn

M. ấy, nhịp cầu xưa giờ đã gãy
Bờ xa bờ. lau sậy đẫm chiều sương
Sông chảy xiết đá ngầm ngăn cách vậy
Người hẹn người hóa đá dưới tà dương

2023

NỬA ĐÊM THỨC DẬY NHÓM LỬA TRÊN CAO NGUYÊN

Lửa réo rắt, đêm ửng hồng, đẹp lạ
Đốt lửa chờ nghe chim hót bình minh
Củi phừng cháy, lửa bập bùng ủ ấm
Tay sờ tay, sực nhớ ngón tay mình

Cao nguyên lạnh như nụ cười hờ hững
Của người em qua phố núi hôm nào.
Tiếp thêm củi, lửa ngàn đời rực rỡ
Nghe ngực mình mở cửa ý lao xao

Lửa réo rắt, đừng nói gì thêm nữa
Lời tro than đang ngún khói bay đi
Cứ là đá giữa đại ngàn cô độc
Cứ là cây ngậm mùa tiết vô vi

Ồ, ngày mới, củi đã tàn, rạng sáng
Lửa ra đi về lại với bao la
Tim lóe sáng không nhờ chi đến củi
Lửa vĩnh hằng an trú ở trong ta

Vừa rạng sáng, bình minh xanh đáy mắt
Mắt của rừng cây, mắt của bướm, hoa
Chim bay hót hay bình minh đang hót
Đâu phải ngoài, nắng hót giữa hồn ta

02/10/2023

GIỮA BÓNG ĐỜI XÔ GIẠT

Thân lau sậy trót sậm màu dâu biển
Hồn hoang vu thầm thỉ bóng sông xanh
Đường gió thoảng đã dặn lòng thinh lặng
Bóng nhân gian tàn tạ phải cam đành

Lời mây trắng vẫn nồng hương ý cũ
Bóng mây trôi lồng trong bóng sông trôi
Tiếng ai nói giữa bóng đời xô giạt
Nghe cơ hồ văng vẳng giữa trùng khơi

Ai đã đến, ai sẽ đi, ai biết
Ai lạc loài biền biệt bóng trăng phai
Ai mất dấu trên đường xanh ảo mộng
Bóng thời gian se lạnh nỗi quan hoài

Chiều bóng xế chẳng cần lời phủ dụ
Nói năng chi thêm thất lạc sương mù
Giữa bát ngát chẳng buồn đi hay ở
Bóng ai ngồi hô hấp bóng thiên thu

Viết bên bờ sông Thu Bồn, 7/2017

VÔ ĐỀ 1

Con chim nhỏ cũng đôi lần thất vọng
chiếc tổ rơm mưa bão đã xô rồi
hoàng hôn xuống đậu cành trăng ngủ đổ
hẹn mai ngày tung cánh lướt trùng khơi
gởi tiếng hót qua trường giang. có thể
tha bình minh làm tổ tặng cho đời

2022

VÔ ĐỀ 2

Con chim nhỏ đậu cành khô ngái ngủ
nắng chiều đi. bóng núi cũng mơ hồ
mặt đất xám. trời âm u bất tận
sương đầm đìa. đêm gió lạnh lao xao
con chim nhỏ. và. ta không thể biết
mai có còn ngái ngủ dưới trăng sao

2023

LẠC NHAU. AI RŨ RƯỢI TRĂNG GẦY

bước đã mõi. bụi đường xưa đứng đợi
chân bạc màu. cây ứa lệ trong cây
năm tháng đi. ai chiều xanh diệu vợi
áo sờn vai. ai trăng nước vơi đầy
mùa thay lá chắc gì mùa lá mới
gặp lại người qua mấy chặng sương bay
dưới lũng thấp trên đồi cao tím ngát
đêm hư hao. ai rũ rượi trăng gầy
ai gọi đó. rát lòng bờ lá nắng
sông ra đi không hẹn phút trùng lai

2022

CHIỀU PHI NÔM

tặng gió mù cát bụi

Bước mây trắng cơ hồ như đã lỡ
Ta bạc màu hối hả giữa đồi sương
Chờ với nhé, gió bụi đời phiêu bạt
Chút tình xưa, trăng đứng đợi bên đường

Chiều Phi Nôm, 2012.

BÓNG ĐÊM LẠ

Bóng đêm lạ đứng bên ngoài cửa sổ
Dáng đêm gầy, ánh mắt tháng năm xa
Hồn đêm đọng màu em trăng phố núi
Ồ, nhớ rồi, cái bóng của đêm xưa!

Đà Lạt, 2013

TÂM SỰ VỚI CỎ CÂY

Gởi cánh đồng Phong Nhị

Ta nhập vào thơ, đôi lần ta khóc
Bay theo thơ nơi cuối đất cùng trời
Ôi, Cái Đẹp mong manh, không bắt kịp
Ta đuổi người, nằm thở, cỏ cây ơi !

2015

TIỄN THẦY TUỆ SỸ THỂ NHẬP VÀO BẢN THỂ TÁNH KHÔNG

Thầy đi nhé. bỏ khung trời hội cũ
Áo mầu xanh gởi lại cỏ đồi xanh
Tiễn thầy đi. trăng vô ưu thanh tú
Thầy ra đi. tự tại gió mây lành
Thân năm uẩn đọa đày trời cố xứ
Thắp đèn khuya ngồi kể chuyện trăng tàn
Hạt muối mặn. mặn phương trời viễn mộng (*)
Mặn ngàn sau. ngược nước xuôi ngàn (**)
Khung trời cũ vẫn hoa tàn lá rụng
Vẫn trăng sao. vẫn mây trắng nắng hồng
Thầy đi nhé. Chào đáy mùa Sinh Diệt
Thể nhập vào Bản thể Tánh Không (***)

24/11/2023

(*) Tô Đông Pha, những phương trời viễn mộng. Tác phẩm của thầy Tuệ Sỹ
(**) Chữ in nghiêng là các cụm từ trong bài thơ KHUNG TRỜI CŨ của thầy Tuệ Sỹ
(***) Triết Học Tánh Không. tác phẩm triết học Phật Giáo của thầy Tuệ Sỹ

HAI MƯƠI NĂM VỀ THĂM QUÊ XƯA ĐỨNG BÊN ĐƯỜNG. NHÌN MẶT TỪNG NGƯỜI QUA LẠI

VỀ THĂM QUÊ XƯA

Hai mươi năm đất khách
Nhếch nhác, cố về thăm
Những người già đã mất
Người trẻ bạc râu cằm
Đường làng người qua lại
Đứng nhìn người chăm chăm
May ra gặp bạn cũ
Kể chuyện đời trăm năm
Đường làng người qua lại
Đứng nhìn người chăm chăm
Tưởng gã điên, mặc kệ
Chẳng ai dừng hỏi thăm

ĐẾN NGẮM ĐỈNH NÚI QUÊ

Sông đang bận chẩy
Lúa lo xanh rì
Chẳng hay khách đến
Ngắm núi Trà My

NẮNG TRƯA QUÊ NHÀ

Nắng oằn khóm trúc
Nắng đứng hàng cau
Vườn im cu gáy
Vọng vào mai sau

2010

GHÉ THĂM NHÀ NGƯỜI BẠN CŨ

Lâu ngày về ghé lại
Cổng khép chẳng còn ai
Hoa giấy rơi đầy ngõ
Trong sân cỏ mọc đầy
Nắng chiều trăm mũi nhọn
Trong ta vượn hú dài

BUỔI SÁNG Ở QUÊ NHÀ

Lâu lắm được nghe
Tiếng chim chích chòe
Và, gió nồm thổi
Rì rào trong tre

NẮNG TRƯA QUÊ TÔI

Nắng oằn khóm trúc
Nắng đứng hàng cau
Vườn im cu gáy
Vọng vào mai sau

2010

ĐỢI NGƯỜI VỀ

Sương rơi trên tàu chuối
Hiên ngoài hoa thoảng hương
Đèn khuya hiu hắt ngọn
Chó sủa trăng bên đường

TRÊN BẾN SÔNG QUÊ

Phơi chài bãi hoang vắng
Ông lão ngồi trên sông
Nhìn một đời mây trắng
Bờ kia rơi mấy bông

1973- 2002

CÙNG CHUNG VỪNG TRĂNG SÁNG

Đâu phải mình trăng sáng
Nhớ người ta sáng trăng
Trời Bắc phương vời vợi
Bạn có nhìn lên trăng?
Cùng chung vừng trăng sáng
Bao giờ gặp lại chăng?

1978

HỎI THĂM BẠN Ở CALI

Năm xưa, ngồi bên bạn,
im lặng. Trăng mênh mông.

Năm nay, già! Bên ấy,
bạn có nhìn trăng không?

2020

LỐI XƯA

Tặng nhà thơ Nguyễn Đạt
và cô chủ quán cà phê sân vườn "Lối Xưa"

Bảo Lộc nắng mai xanh
Chàng nhà thơ Nguyễn Đạt
Chở tôi vào "Lối Xưa"
Uống một ly trà nhỏ
Nhìn nhau hơn nửa giờ
Bốn mươi năm mới gặp...

Từng bước chân mây trắng
Giữa đất trời mênh mông
Không hẹn ngày quay lại
Nhặt lại ánh mắt mình
Để quên trên bụi cỏ
Bên chỗ ngồi "Lối Xưa"

Bảo Lộc, 24/02/2011

THƠ
TAM NGÔN TAM TUYỆT

TẦM LAN RỪNG

Khi tôi đến
Hoa tàn rồi
Núi rừng ơi

CÔ TỊCH

Dưới tán rừng
Liêu cốc vắng
Gió ghé qua

KHUYA

Trong thiền phòng
Chỉ ánh trăng
Đang tĩnh tọa

MẸ XÂU KIM

Mắt lim dim
Cả tâm hồn
theo sợi chỉ
Chui trôn kim

QUÉT LÁ

Từng nhát chổi
Đùa lá khô
Động hồn chiều

LUỘC RAU

Luộc rau rừng
Mùi lửa củi
Thơm biết bao

MẸ

Lần từng bước
Run run vịn
Cõi lặng yên

MẮT KÉM

Lúc ăn cơm
Mẹ đã gắp
Nhầm ánh nắng

2014

TẠI EM SOI MẶT VÀO SÔNG

em và mây mảnh khảnh
soi mặt vào sông

tóc em xanh dập dờn
nước sông xanh cảm xúc

gió chiều xanh ngẩn ngơ
tại em soi mặt vào sông

bầu trời xanh kỳ lạ
xanh. xanh. xanh như đang mơ

MÀU HỔ PHÁCH

em ở xa. rất xa
xa tận cùng trăng sáng
gởi tặng hộp trái cây
trái nhỏ màu hổ phách
mở. ăn thử. ta
nhìn quanh đất trời
rực hồng màu hổ phách

trong hộp giấy
những trái nhỏ thì thầm: chúng ta biến
anh chàng
thành tượng người hổ phách
những trái nhỏ khúc khích
như nắng reo

AI GỌI TÊN TÔI

Đứng ngắm ánh trăng rằm
dường như có ai gọi
dường như. ai gọi tôi
nghe tiếng gọi thân thương
mường tượng. như tiếng em
gọi từ mùa thu cũ
đi tìm. tìm
ồ. thì ra hạt sạn
gọi trong giấc mơ
hạt sạn ngủ dưới bụi dạ lan hương. cả vườn
trăng thơm ngát
hạt sạn.
hạt sạn tròn. ngọc bích
em lúng túng tặng tôi
vào một chiều tan học
tôi đánh rơi
đã nhiều năm thờ thẫn

SOI BÓNG VÀO SÔNG QUÊ

Em ca sỹ bé nhỏ
bước ra từ họng chim
hát dân ca xứ Nghệ
khiến dòng Lam thổn thức

dòng nước đi
không chảy ngược về
những con chim. một thời xa cũ
có con bỏ bầu trời
vội hiện về vổ cánh
soi bóng vào sông quê

CŨNG MỘT VẦNG TRĂNG ẤY

Tặng Võ Chân Cửu

Năm xưa ta bên bạn
Trong vườn trăng cùng ngồi
Đêm nay dưới trăng sáng
Lặng lẽ mình ta thôi!
Bạn đi theo mây trắng
Bốn phương trời thơ bay
Đêm có còn chỗ rộng
Gởi nỗi buồn không khuây?
Đêm nay cũng trăng ấy
Vịn ánh trăng ta ngồi
Chẳng còn ai tâm sự
Trải lòng với trăng thôi!

2023

TRĂNG RỪNG

Óng ả rừng cây
Trăng lên sáng chói
Bạn ơi, đừng hỏi
Một vừng trăng xưa!

ĐÃI BẠN

Mừng bạn phương xa đến
Đãi bạn cơm, rau nhà
Đượm tình chén tương mặn
Ớt cay. cười xuýt xoa

BÀI THƠ TIỄN BẠN

Bạn một đời sương khói
Ghé thăm chưa trọn ngày
Quảy túi thơ, tạm biệt
Thôi đành, sương khói bay!

SÓNG VÀ BIỂN

Gió lộng biển động mạnh
Sóng to vỗ đá gành
Gió im biển trong sáng
Sóng lặng vào biển xanh

NGỒI DƯỚI BÓNG RỪNG

Tặng Nguyện, Hải, Lãm, Sơn....ngày ấy

Lá đã rụng, rồi ngày mai sẽ rụng
Nay ngồi đây, mai lưu lạc nơi đâu
Người đã gặp và người nào sẽ gặp
Những bóng hình xô giạt dưới trời sâu

Lời đã nói và lời nào sẽ nói
Chuyện nghe rồi, chuyện nào nữa qua tai
Năm tháng cũ thôi gởi cùng gió thoảng
Những ngày vui như một thoáng hương phai

Rừng núi hỡi! Đứng dài lâu có thấy
Bao lớp người lủi thủi gió sương đi
Bao suy thịnh đã vô tình cỏ mọc
Bao sum vầy vồn vã để phân ly

Mây trắng hởi! Biết thế nào hẹn trước
Thời gian trôi, con nước chảy qua nhanh
Tôi cúi xuống nhìn bóng rừng thương cảm
Nhặt ân tình thủ thỉ lá cây xanh

Tôi đã đến, rồi sẽ đi xa lắm
Tôi sẽ về nơi tĩnh lặng xanh tươi
Tôi sẽ gởi nguồn thương làm mưa nhỏ
Dưỡng nuôi cây, hoa thắm nở bên người.

** Long Thành, 1980*

GIỮA BÓNG ĐỜI XÔ GIẠT

Thân lau sậy trót sậm màu dâu biển
Hồn hoang vu thầm thì bóng sông xanh
Đường gió thoảng đã dặn lòng thinh lặng
Bóng nhân gian tàn tạ phải cam đành

Lời mây trắng vẫn nồng hương ý cũ
Bóng mây trôi lồng trong bóng sông trôi
Tiếng ai nói giữa bóng đời xô giạt
Nghe cơ hồ văng vẳng giữa trùng khơi

Ai đã đến, ai sẽ đi, ai biết
Ai lạc loài biền biệt bóng trăng phai
Ai mất dấu trên đường xanh ảo mộng
Bóng thời gian se lạnh nỗi quan hoài

Chiều bóng xế chẳng cần lời phủ dụ
Nói năng chi thêm thất lạc sương mù
Giữa bát ngát chẳng buồn đi hay ở
Bóng ai ngồi hô hấp bóng thiên thu

Viết bên bờ sông Thu Bồn, 7/2017

NẮNG XUÂN

Nắng tươi tắn rộn tình cây vẫy gió
Gió mởn mơ thơm ý nắng lên cao
Da trời biếc, nắng xanh mơn triều lá
Nắng phập phồng, tim mới lớn nôn nao

Mùa rạo rực, én bay về chao lượn
Đớp nắng xanh trên sóng lúa xanh non
Nắng thôi thúc gà trống tơ hứng gáy
Khổ con gà mái nhỏ chạy long đong

Gió xuân sáng giữa nguồn xuân thiếu nữ
Để hương bay, bước e lệ, tóc thơm
Nắng xuân thấm nhổ giò trai, vỡ tiếng
Tim rộn ràng trong tình ý mới nhen

Hương nắng thoảng, đất dậy mùa con gái
Tóc đen dài, chải mượt, rẽ đường ngôi
Liếc trai lứa, biết ướm lời gió thoảng
Nhẹ như thơ, môi hé nụ hoa ngời

Trai mới lớn nhựa xanh cành trái mỡn
Nắng xuân căng sức sống sáng màu da
Chân chưa dạn, cứ vụng về chân bước
Nhìn dại người dắm đuối áo xuân qua

Mùa biêng biếc, trong vườn hoa phô sắc
Bướm tung tăng, chim hót ngọn cây gần
Lung linh nắng bồn chồn tim mới lớn
Nắng dậy thì, xuân mắt chớp thanh tân

Mùa xuân, 2004

CHÙM THƠ VIẾT TRÊN GIƯỜNG BỆNH

LẮNG NGHE

Nằm bệnh, nghe chim hót
Chim đã bay đi rồi
Lắng nghe trong xa vắng
Tiếng hót trái tim tôi

BÓNG MÙA THU ĐI

Ngày bệnh, nằm nhớ núi
Nhớ đồi hoang xanh rì
Chiều muộn, mở cửa sổ
Thấy bóng mùa thu đi

NHÌN VÀO CƠN ĐAU NHỨC

Chuyển mùa, thân uể oải
Gió ngoài vườn lao xao
Nhìn vào cơn đau nhức
Thấy mặt trời, trăng, sao

TINH MƠ

Con bướm nào mới lớn
Đang đập cánh gần đây
Trước hiên, chậu hoa nhỏ
Vội vã gởi hương bay

B'lao, 27/9/2019

BÓNG ĐÊM

Bóng đêm lạ, đứng bên ngoài cửa sổ
Dáng đêm gầy, ánh mắt tháng năm xa
Hồn đêm đọng màu cao nguyên, phố núi
Ồ, nhớ rồi, cái bóng của đêm xưa!

Đà Lạt, 2013

6 BÀI HAIKU.
NHƯ NHỮNG HẠT SƯƠNG

1.
Băng qua núi lạnh
lội trong sương mù
tiếng chuông khuya

2.
Xuống suối mùa thu
rửa đôi tay nhỏ
chạm bóng mây trời

3.
Một ngày bắt đầu
bên ngoài cửa sổ
hoa cười rạng đông

4.
Khuya im ắng
trong phòng thiền
chỉ còn ánh trăng tĩnh tọa

5.
Trước sân chùa
dế mèn ca hát
lúc trăng lên

6.
Cao nguyên mùa sương
tiếng chuông ngân xa
rất trắng

18 BÀI HAIKU.
GỞI MÙA SƯƠNG CAO NGUYÊN

1.
Băng qua núi lạnh
lặn lội trong sương
tiếng chuông khuya

2.
Khuya im ắng
trong phòng thiền
chỉ còn ánh trăng

3.
Cao nguyên mùa sương
tiếng chuông khuya ra đi
rất trắng

4.
Một ngày bắt đầu
đóa hoa ngoài cửa sổ
nở nụ cười rạng đông

5.
Xuống suối mùa xuân
rửa đôi tay nhỏ
chạm bóng mây trời

6.
Ngoài sân hoa
dế mèn ca hát
lúc trăng lên

7.
Giữa dòng suối chảy
bóng tôi cùng bóng mây
lao chao nhún nhảy

8.
Nụ hoa nào đưa hương
tôi mở cửa ngực
thu gió muôn phương

9.
Chiều muộn trên đồi
tôi cùng tia nắng
ngắm hoa

10.
Trăng núp lùm cây
tóc trăng óng ả
gió về thơ ngây

11.
Cởi áo phong sương
nghỉ chân hiên vắng
áo thơm bụi đường

12.
Dưới chân núi. hoàng hôn
cụ già tôi đã gặp
không biết bây giờ nơi đâu

13.
Đẹp như mắt trẻ thơ
hồ Tuyền Lâm trên núi
đang chớp mắt bình minh

14.
Bóng vầng trăng nhỏ
dưới đáy hồ thu
ồ. tâm hồn tôi

15.

Vầng trăng khuyết
đậu trên cành tre
trong sương, gà gáy sáng

16.

Ồ, hạt sương chớp mi
trên ngọn cỏ
vừa rơi

17.

Chiếc lá rơi nghiêng
chạm vào mặt nước
chao động hồn mùa

18.

Ồ. cô gái H'mông
gùi ánh hoàng hôn
xuống núi

2008-2023

15 BÀI HAIKU.
GỬI MỘT THOÁNG MÙA XƯA

1.
Con bướm nhỏ
Đậu vào bài thơ
Hút mật

2.
Chiều tạnh cơn mưa
Ai bên cửa sổ
Thương nhớ chiều mưa xưa

3.
Mùa xuân đi rồi
Đóa hoa nở muộn
Tìm mãi dáng người

4.
Em qua cầu tre
Ta nhìn bóng nước
Có nhìn em đâu

5.
Cửa sổ mở toang
Phòng thơ ngập nắng
Cùng hương dạ lan

6.
Long lanh hạt sương
Từ đâu sương đến
Nơi nào cố hương

7.
Ngồi trên bãi vắng
Bao chuyện buồn vui
Gởi vào biển mặn

8.
Em đang đợi ai
Ai đâu chẳng thấy
Chiếc bóng đổ dài

9.
Chồng đã không còn
Thiếu phụ nhìn sững
Một vừng trăng non

10.
Ai lỡ đánh rơi
Một vừng trăng nhỏ
Giữa lòng biển khơi

11.
Trăng khuya lạnh buồn
Đồi xa vọng lại
Ngân dài tiếng chuông

12.
Trăng đã qua sông
Chùm hoa nguyệt quế
Vẫn còn sáng trăng

13.

Nho nhỏ thuyền nan
Thuyền đang chở khẳm
Nỗi lòng ngổn ngang

14.

Ngoài sân hoa nắng
Một đóa tường vi
Một con bướm trắng

15.

Gió mưa thầm thì
Mùa đông về lại
Buồn buồn thu đi

2023

12 BÀI HAIKU.
GỞI NGÀN THU

1.
Như giếng gạch bỏ hoang
đáy khuya hun hút. soi trăng vàng
ồ. tâm hồn tôi

2.
Nghỉ chân dưới cội cây
chiếc lá vàng vừa lìa cành
chạm ngàn năm. xưa cũ

3
Trở về túp lều xưa
tâm hồn không mạng nhện
làn gió nhỏ thổi qua

4.
Sau cơn mưa chiều mùa hạ
trăng lấp lánh ao làng
lũ ếch nhái kêu vang

5.
Dẫu khô khốc ruộng đồng
dưới lòng đất thẳm sâu
nước chưa hề đứt mạch

6.
Nhìn vào đôi mắt em
ồ. biển trời xưa cũ
chớp mi

7.
Con ong nhỏ
đậu vào thơ
hút mật

8.
Chiều vừa tạnh cơn mưa
ai còn bên cửa sổ
thương nhớ chiều mưa xưa

9.
Mùa xuân qua rồi
mấy đóa hoa nở muộn
tìm mãi dáng người

10.
Cầu tre lắt lẻo. cẩn thận qua cầu
ta nhìn bóng nước
có nhìn em đâu

11.
Cửa sổ mở toang
phòng thơ ngập nắng
cùng hương dạ lan

12.
Long lanh hạt sương
từ đâu sương đến
nơi nào cố hương

2023 - 2024

11 BÀI HAIKU.
GỞI GIÓ BỤI DỌC ĐƯỜNG

1.
Trăng sáng bao la
có khi nào. em. lặng lẽ
bước vào sâu thẳm hồn hoa

2.
Chiều lang thang. con đường nhỏ
gặp những đóa hoa dại bên đường
những đóa hoa trĩu nặng. hương mặt trời. đại dương

3.
Em đi rồi
chiếc ghế ấy
lặng lẽ. ánh trăng ngồi

4.
Chiếc lá vàng rơi
chạm vào năm tháng cũ
gió mùa thu ơi

5.
Đứng trên mõm đá cao
gọi những tâm hồn phiêu bạt
gió bụi đường lao xao

6.
Ra đi. không đích đến
tôi. vô dụng giữa thiên nhiên
thở bóng chiều cô tịch

7.
Trên con đường đất ấy
mưa đầu mùa lưu lại
những vũng nước sáng trăng

8.
Những buổi chiều. hết gạo
nằm nghe cỏ thầm thì
nghe gió về gõ cửa. gió vội vàng ra đi

9.
Vô tâm. rơi vỡ chiếc bình trà
tiếng vỡ toang. trong khoảnh khắc
âm vang còn vang tận phiến trăng xa

10.

Trở về túp lều xưa. lá rụng đầy
áo khét mồ hôi và cát bụi
một thời để nhớ. mùi hương thoảng kiếp người

11.

Ngồi đối diện. dưới bậc thềm
cùng nhìn cánh hoa rơi rụng
đột ngột. ta quay nhìn nỗi buồn trong mắt em

2024

10 BÀI THƠ HAIKU. GỞI ÁNH TRĂNG KHUYA

1.
Đêm đã khuya rồi
Nơi góc thiền đường
Còn ánh trăng thôi

2.
Dưới ánh hoàng hôn
Trên sườn đồi ấy
Bóng mùa thu đi

3.
Sân chùa trăng sáng
Bóng hàng cây ngủ dài
Đêm thoảng hương

4.
Chiều qua em mỉm cười
Sáng nay
Hoa nở rộ

5.
Bạn đi rồi
Chén trà còn đọng
Một màu nâu thôi

6.
Trăng đã đi xa
Còn lưu ánh sáng
Trắng ngần cánh hoa

7.
Len lỏi sương khuya
Tiếng chuông chùa núi
Vang đến phòng tôi

8.
Trên án thư
Con ong đang bệnh
Phải làm sao chừ

9.
Trong đài hoa
Hạt sương còn đọng
Soi bóng mây qua

10.
Cây rừng ngái ngủ
Chỉ tiếng chim đêm
Dế mèn còn thức

Lâm Đồng. 2018

10 BÀI HAIKU. GỞI THIÊN NHIÊN HUYỀN NHIỆM

1.
Trần Hoài Thư. Trần Hoài Thư ơi!
anh vừa bỏ thân mạng. sinh mạng anh mãi còn
trong sinh mạng văn học Việt Nam

2.
Cơn mưa khuya mùa hạ
chùm hoa nguyệt quế thanh tẩy bụi trần
vừa nở nụ bình minh

3.
Còn trong tổ
những quả trứng chim câu lặng thinh
sẽ một ngày sải cánh rạng đông mầu nhiệm

4.
Rạng đông. rạng đông
đỉnh núi ấy quàng lên vai
chiếc khăn lụa mù sương tuyệt đẹp

5.
Nắng mùa hạ
khu vườn trưa kín tiếng
chỉ để lộ tiếng chim cu rất trắng

6.

Không gian bao la
mọi vật đều chuyển động. dẫu cố tình. em
không thể dẫm lên cái bóng của mình

7.

Tiếng chuông đã qua sông
nơi quả chuông đồng chùa ấy
vẫn còn in dấu tích

8.

Nụ hoa xưa đã tàn
cánh bướm nào đã chết
dòng sinh diệt chưa chấm hết đâu em

9.

Con gà trống ấy đã bị giết
tiếng gáy vẫn còn lưu lạc
trong bóng hoàng hôn

10.

Viên đạn nào đâm thủng trái tim tôi
sẽ có một ngày quay lại
đâm thủng nụ cười hân hoan của bạn

30/5/2024

6 BÀI HAIKU.
GỬI TẶNG RUỘNG ĐỒNG

1.
Người nông phu đang cày
cả đàn chim
nhảy theo sau cổ vũ

2.
Kìa. người nông phu tung hê
những gieo hạt nắng
trên đồng

3.
Ruộng mạ chưa xanh
bình minh nở hoa
trong từng vũng nước

4.
Rơi trên đất cày
những giọt mồ hôi
thấm vào hạt thóc mùa sau

5.
Con chim chết sau nhà
vẫn còn lưu tiếng hót
nơi ngọn gió bay qua

6.
Ngoài trời đang gió mưa
an trú vào tĩnh lặng
nơi an trú bình yên

10/2019

6 BÀI HAIKU. GỬI DỌC ĐƯỜNG GIÓ BỤI

Tặng Huỳnh Hanh Saigon; Kiều Hương Võ, và...

1.

Trên đỉnh nắng mùa hạ
tiếng hót chim sơn ca rơi lả tả
trên những thửa ruộng đã cày

2.

Oi ả trưa hè
tiếng ve xuyên thấu
nỗi buồn xa quê

3.

Trên đường mưu sinh
đàn kiến đi về lũ lượt
chào nhau thân tình

4.
Cò trắng bay rồi
để lại chiếc lông trắng
trên bờ ruộng xanh

5.
Ồ! khóm hoa phong lan
nở trong rừng thẳm
chẳng vì ai

6.
Bay quanh đèn sáng
tưởng ánh sáng trời
nhầm rồi bướm ơi!

2019

VỀ THĂM CHỐN CŨ - SÀI GÒN

Về thăm chốn cũ - Sài Gòn
Thấy mình nhếch nhác. sạm giòn nắng mưa
Sờ cằm. râu mọc lưa thưa
Bước chân trĩu nặng nghìn xưa rừng già
Bóng rừng quẫy đạp trong ta
Đêm thao thức. nhớ non xa nắng tàn
Về thôi. đêm tím đại ngàn
Thôi về. thở ánh trăng vàng thiên thu

2022

ĐÊM KHUYA, DẬY NGẮM TRĂNG TÀ

Chiều nghe dế gáy bên hè
Rừng xanh gần gũi, bạn bè đã xa
Đêm khuya dậy ngắm trăng tà
Đồi hoang một cõi, ôi, ta nhớ người!

2016

SỐNG ĐẠM BẠC

Đầu non sấm chớp vang rền
Đón mưa gieo ít hạt dền bên nương
Mai đây rau tốt lạ thường
Bữa cơm rau luộc thoảng hương đất trời
Ngày xem hoa nắng buông rơi
Đêm đêm hô hấp tuyệt vời trăng sao
Chuyển mùa rừng gió lao xao
Tâm tư vỗ cánh bay vào hư không

2020

ĐÊM MƯA RỪNG TRÊN ĐƯỜNG VỀ

Trên đường mưa gió đêm đông
Mong về nhen bếp lửa hồng ngồi hơ
Mong về nhìn lửa ban sơ
Bập bùng lửa sáng hồn thơ bên rừng

XA QUÊ

Bạn về xứ Quảng quê xưa,
Gởi lời thăm hỏi gió mưa thế nào?
Năm nay khoai, lúa ra sao?
Thất mùa thảm lắm đồng bào quê tôi!
Xa quê, thì đã xa rồi,
Nhớ quê nhìn bóng mây trời bay qua!

2019

VƯỜN XUÂN

Thu hái những nụ cười xuân tỏa nắng
Xuân năm nay thất bát, chỉ chừng nầy
Em đừng nhắc nụ cười xuân năm cũ
Ta đôi lần xúc động phấn hương bay!
B'lao, 2014

VỘI VỀ NHÌN PHỐ CỔ HỘI AN. NƠI TÔI ĐÃ SỐNG

Vỉa hè. lất phất mưa bay
Bước chân trĩu nặng bóng ngày phố xưa
Vội vàng qua mấy hiên trưa
Mong sao bạn cũ. người xưa qua đường
Ghé về nhặt ít khói sương
Để rồi đi. để được mường tượng thôi
Vẫy chào phố cổ mây trôi
Phố xưa xin chớ bồi hồi rêu phong

2002

SỰ CỐ GIÓ MƯA

Đêm qua gió giật liên hồi,
Sáng thăm giàn bí sụp rồi, tan hoang;
Nhìn quanh cảnh tượng, ngỡ ngàng:
Cây xiêu, cành gãy, điêu tàn trái, hoa...
Chuyển mùa gió ghé, mưa qua...
Cảm thương bông bí nhìn ta buồn buồn!

2023

CẢM THƯƠNG CÔ BÉ HÀNG XÓM

Biết tôi người thích trồng hoa
Em đem dây lý qua nhà tặng nhau
Mấy tuần chẳng thấy em đâu
Trước nhà kín cổng, vườn sau vắng người
Nhìn trăng nhớ nụ môi cười
Trước hiên nắng rọi tưởng người mảnh mai
Nghe tin thiên địa thở dài
Rằng em đã gởi hình hài biển đông
Chuyển mùa giàn lý đơm bông
Mùi hương ở lại người không thấy người

1979

RỬA RAU RỪNG BÊN SUỐI

Vào rừng tìm hái chưa nhiều
Rau chưa đầy giỏ, nắng chiều dần vơi
Rửa rau. suối mát tuyệt vời
Vui tay vớt bóng mây trời lao xao

NHỚ QUÊ

Bạn về xứ Quảng quê xưa,
Gởi lời thăm hỏi gió mưa thế nào
Năm nầy khoai, lúa ra sao
Thất mùa tội lắm đồng bào quê tôi

Xa quê thì đã xa rồi,
Nhớ quê nhìn bóng mây trời trôi qua

NHỜ CẬY

Tặng Lê Bảo và Lê Mộng Hoàng

Em về thăm lại quê xa
Cho tôi gởi một ít quà gió mưa
Khi em về đến quê xưa
Xem làng ta có được mùa nắng không
Ai còn, ai mất, ai trông
Cây đa, bến cũ còn mong người về
Dù xa - xa cách sơn khê
Nhưng lòng còn phiến trăng quê đó người

Lâm Đồng, 2018

LỤC BÁT

Đường xưa nay đã xa người
Cỏ xanh có nhớ nụ cười ra giêng
Rừng chiều chớp mắt mưa nghiêng
Hôn hoàng ủ mộng giữa miền hoàng hôn
Dấu chân mưa xóa hay còn
Đường xưa trăng khuyết bóng thon thả người

NHỜ EM

Em về thăm lại quê xa
Cho đồng hương gởi ít quà lang thang
Tàu dừng. khách xuống Nha Trang
Nhờ em xem nắng còn vàng như xưa

2009

ĐƯỜNG LÊN ĐỈNH MÂY NGỦ

Người về. từ phía mưa bay
Tôi đi. về phía bóng ngày qua sông
Bờ lau. đá tảng. ruộng đồng
Tiếng chân có động. mù không. chiều tà
Đường lên mây ngủ. non xa
Mịt mờ phương hướng. quê nhà nơi đâu

2024

DỰA GỐC CÂY, ĐỌC TRANG SÁCH CỔ

Dựa cây ngồi đọc sách xưa
Đọc xuyên ngữ nghĩa gió mưa ngàn đời
Lan man đọc cả bóng trời
Lần theo bóng chữ gặp người cổ xưa

ĐẾN NHÌN THÁC ĐAMB'RI

Lang thang tìm kiếm suốt đời
May ra thác cũ còn rơi âm thừa
Nắng vàng trên ngọn cây thưa
Khói mây ta tưởng hồn xưa đã về

1973

GIAO MÙA

Hương xuân mảnh khảnh
Lẩn vào chiều đông
Gió mưa bịn rịn
Trên cây ngô đồng

2010

NHỜ CẬY

Hoa vườn tôi trễ
Em ghé mỉm cười
Nhựa mùa thúc nụ
Kịp mùa xuân tươi

2010

DU XUÂN

Vô tình bắt gặp
Em nhoẻn môi cười
Chân tôi luýnh quýnh
Giẫm cỏ xuân tươi

2011

MƯA ĐÊM CUỐI NĂM

Ngày cuối đông tạnh ráo
Đêm lại mưa bất thường
Vội vàng đi khép cửa
Có còn ai dặm trường?!

RẠNG SÁNG THĂM VƯỜN

Đi thăm từng nụ nhỏ
Rạng sáng sương chưa tan
Chuông chùa xa vừa đến
Ngân quanh đóa mai vàng

RỪNG THÔNG PHÓNG HÀO QUANG TUYỆT ĐẸP

Ồ. nhìn kìa. rừng thông
Bị sương mù che kín
Trăm tia sáng rạng đông
Phóng hào quang tuyệt đẹp

VÔ ĐỀ

Trên cành xuân nắng
Chim đã bay rồi
Sao trái tim tôi
Vẫn còn đứng hót

TIẾNG CHUÔNG KHUYA

Băng rừng sương lạnh
Vượt qua núi đồi
Chuông khuya vừa đến
Ngân mùa xuân tôi

GHÉ CHÙA, NGHE CHÚ TIỂU TỤNG KINH

Chú tiểu công phu
Nhịp nhàng chuông, mõ
Khi nào chú gõ
Nhầm cõi thiên thu?

GIẤC MƠ XUÂN

Vật gì rơi rất nhẹ
Vừa chạm giấc mơ tôi
Dường như đóa hoa nhỏ
Em tặng chiều xuân xưa

TRÊN ĐƯỜNG XUÂN

Tóc xuân xanh. mắt biếc
Áo xuân hồng. gió bay
Đường xuân mùa sinh nở
Những nụ cười đó đây

BẤT LỰC

Con bướm vàng hoạn nạn
Bám cửa sổ thư phòng
Làm sao ta cứu giúp
Gió xuân qua. chạnh lòng!

XUÂN NHỚ

Xưa. em cười tỏa nắng
Bên líp cải hoa vàng
Ta. bao năm biệt xứ
Đã bao mùa xuân sang
Hoa cải vàng quẫy đạp
Xót xa đời ly hương

TỪ KHÚC NHỚ CỐ HƯƠNG

Mai miền Trung năm cánh
Đưa vào Nam cấy trồng
Thích nghi nơi đất mới
Cây tốt xanh bình thường
Xuân đến, hoa khoe sắc
Hương như còn vấn vương
Hoa giấu điều thầm kín
Khắc khoải nhớ cố hương

Cố hương dù mưa dầm nắng dãi. đá sỏi khô cằn
Xa quê lòng ray rứt
Cố hương hề cố hương

Đất khách dù mưa hòa gió thuận. trái ngọt cây lành
Chưa nguôi niềm quê cũ
Tha phương hề tha phương

2024

CHIỀU MUỘN

Bước ra đầu ngỏ
Trăng núp lùm cây
Tóc trăng óng ả
Gió về thơ ngây

GIÓ CHIỀU

Đường vào thôn vắng
Em ca thầm thì
Rơi trên lối cỏ
Gió chiều mang đi

BÉ THƠ

Núp bên bụi cỏ
Đôi mắt bé thơ
Rình con chuồn đỏ
Mây trời ngẩn ngơ

QUA CẦU

Mong manh gió thổi
Em vịn vai cầu
Quên dòng sông chảy
Đàng sau kiếp người

GỞI LẠI MAI SAU

Dụm hai bàn tay
Em hứng bóng trời
Buồn vui xin gởi
Cho đời mai sau

CHIỀU CAO NGUYÊN

Gió se se lạnh
Vàng óng nắng chiều
Gởi bài thơ nhỏ
Vào cõi tịch liêu

CÔ TỊCH

Trú trên đồi vắng
Ít thấy bóng người
Ngồi nghe đá thở
Nghe chiều nắng rơi

ĐẠM BẠC

Rau rừng mùa nắng
Hái không được nhiều
Bắt nồi. nhóm lửa
Luộc thêm ráng chiều

HOÀNG HÔN
TRÊN CAO NGUYÊN

Rừng cây thắp nến
Vàng rực núi đồi
Cao nguyên sâu lắng
Đâu còn thấy tôi

TRĂNG RỪNG

Óng ả rừng cây
Trăng lên sáng chói
Bạn ơi, đừng hỏi
Một vừng trăng xưa

1990

NHỮNG ĐÊM MƯA RỪNG

Núi rừng đêm mưa
Gió cây nghiêng rạp
Những lần sấm chớp
Ôi, đẹp không ngờ !

Gaya - India 2006

DẠO BƯỚC ĐƯỜNG CHIỀU

Trên con đường vắng
Nhặt hòn sỏi nâu
Đất trời cao rộng
Lăn lóc về đâu

CHIỀU SƠN CƯỚC

Kìa. mấy cô sơn nữ
Mắt long lanh nắng vàng
Nụ cười pha ráng đỏ
Gùi hoàng hôn về làng

NỤ CƯỜI
CÔ BÉ H' MÔNG

Bản làng em tỏa nắng
Bởi nụ môi em cười
Nghe lời con suối nhỏ
Em theo về miền xuôi

BÉ BÌNH MINH

Bàn tay người mẹ trẻ
Dẫn bình minh qua đường
Mặt bình minh phụng phịu
Đòi mẹ hái hạt sương

CHIỀU MUỘN. QUA SÔNG

Em nhanh chân rời bến
Vội vã về quê chồng
Quên tình trăng năm cũ
Soi bóng. lạnh hồn song

NGƯỜI KHÔNG VỀ

Sương rơi trên tàu chuối
Hiên ngoài hoa thoảng hương
Đèn khuya hiu hắt ngọn
Chó sủa trăng bên đường

TÀN THU

Nhớ Thiện Thành đã qua đời,
do dịch covid 19, tại Saigon

Cỏ đồi chiều buồn úa
Mùa thu đi xa rồi
Con đường mòn chân núi
Hiu hắt lá vàng rơi

20/9/2021

NHỮNG NGÀY BỆNH, NHỚ NÚI

Tặng Bích Nhãn Hồ. bạn cùng lớp năm xưa

Mấy ngày bị cảm sốt
Chẳng thiết ăn uống gì
Cố dậy, mở hé cửa
Nhìn núi non xanh rì
Thấp thoáng nơi triền núi
Mảnh khảnh mùa thu đi

28/8/2023

NẮNG SỚM

Nắng nghiêng cánh đồng xanh
Nhìn em qua nắng sớm
Mắt ta vướng mây trời
Cánh đồng xanh tiếc nuối

2007

MÊ TÍN

Tôi hành thiền trong chiếc lọ cổ
Chiếc lọ rặn đẻ ra triều đại nhà Thanh
Trưng bày trong bảo tàng viện

Mùa xuân nghịch ngợm
Cấy vào miệng lọ giống hoa huệ trắng
Rễ huệ cắm vào nơ ron thần kinh tôi
Xanh tốt đơm hoa
Giống hoa huệ bất tử

Chiếc lọ cổ trẻ ra
Hoa huệ trắng tỏa thơm
Mùi thơm kích thích dưỡng nuôi những tâm hồn mê tín
Làm sao tôi tiếp tục hành thiền
Môi trường luôn nồng nhang khói
Rộn rã tiếng chân người

2023

PHỤ BẢN 1
CUỐI NĂM, CON CHIM TƠI TẢ QUAY VỀ
TRANH TRƯƠNG VŨ

MÙA SINH NỞ CỦA NGỮ CẢNH

Tặng Phạm Cao Hoàng và Nguyễn Sông Ba

những chiếc lá vàng mùa hanh khô. và
đỉnh sọ của nhà thơ. và. cây cọ của chàng họa sĩ
bốc cháy
mùa sinh nở của ngữ cảnh

tất nhiên. ta đang lắng nghe
âm thanh nắng chiều chớp mi
đau thấu tim
nỗi nhớ

đừng quan tâm
dù người nữ phóng viên tâm hồn. đưa tin: hắn
đang âm mưu ăn dần những mái ngói thành phố cổ

đừng quan tâm
đám thị dân thích thú những giọt nắng. những hạt mưa. kỷ
niệm

từ vết thương hở của mái nhà
cửa sổ căn gác xép. con mắt chờ đợi. người năm xưa trở về

cây dương xỉ trên bức tường rêu. im tiếng. mùa mưa đã qua
nhà thơ. chàng họa sĩ. rất thiên nhiên. không bao giờ già nua

trong quyển album ấy

10/3/2024

THẤU THỊ TỪ CƠN ĐÓI

lang thang dưới bóng hoàng hôn
ánh sáng chiều muộn thích hợp tôi thẩm thấu tôi
tôi ý thức sự đói khát đang hành hạ
tôi ý thức tiến trình ý thức cơn đói
tôi mỉm cười
thấu thị bản chất sự đói khát đã ngã màu kinh nghiệm
mặt trời. mặt trăng. tinh tú và tôi có cùng bản chất
sự tồn tại cần nạp năng lượng

mặt trời mặt trăng tinh tú và tôi
khác nhau hình dáng
giống nhau sự cấu thành
cấu thành từ những hạt vật chất vô chủ
những hạt nhỏ đáng yêu mang đặc tính riêng
nâng đỡ, chuyển động, kết dính, nhiệt năng và tinh thần
chúng chuyển hóa sâu kín theo điều kiện
những hạt nhỏ đáng yêu mang đặc tính chung
chung thủy để hiện hữu cho mọi hiện hữu
chúng sinh ra để hủy diệt
nhưng
chúng không hề triệt diệt
bởi
điều kiện sinh hóa theo qui luật tự nhiên
qui luật không chủ thể

tôi mỉm cười
thấu thị bản chất cơn đói khát trong tôi
mặt trời mặt trăng tinh tú và tôi có cùng bản chất
sự tồn tại luôn cần năng lượng

ngày đã tàn
tôi đi
xuyên bóng đêm

Cao nguyên Langbiang, 2023

CHIỀU THU CAO NGUYÊN. CHƯA TÀN PHAI ĐÂU. ÁNH MẮT NĂM XƯA BÊN HOA DÃ QUỲ

Tặng Phạm Cao Hoàng, Nguyễn Minh Nữu, Nguyễn Sông Ba

hoàng hôn phố núi

ly cà-phê nóng vỉa hè rất thơm. không thể ngăn
mùi nước hoa bốc hơi từ người đàn bà đi ngang qua

hoàng hôn phố núi

những chiếc lá vàng gởi tin cấp báo
mùa mưa dầm. những ngày sắp tới. sẽ
cư trú trong cơn ho tóc bạc qua đường. và
cơn mưa sẽ ngủ
trên cây đòn gánh cong mệt mỏi áo cơm
dựng bên hông cao nguyên nắng chiều

hoàng hôn phố núi

hồ Than Thở. vẫn mây trắng
chẳng hề thở than
Đà Lạt mơ màng
im hơi
chiều thu

hoàng hôn phố núi

ánh mắt phố núi long lanh
dường như có ai đang gặm nhấm kỷ niệm
trên ngọn thông thắp sáng nắng vàng ấp ủ tiếng chim
chiều rớt lạnh

dưới bóng hoàng hôn

từ Đà Lạt quay về Phi Nôm. Cầu Đất
những đóa hoa dã quỳ vàng rực được gió chiều ngợi ca

còn nhớ không
mắt cao nguyên long lanh
chiều thu

dưới bóng hoàng hôn

dõi theo sắc màu cao nguyên
Phi Nôm. Cầu Đất trải lòng. mây trắng bay
tôi. mỉm cười
không thể níu giữ đời ai
nơi vòng tay hữu hạn
phận người

nụ cười cao nguyên năm xưa
nghiêng nghiêng bên hoa dã quỳ
chưa tàn phai đâu

dưới bóng hoàng hôn

dọc đương gió bụi. bầu trời xanh lơ tâm tưởng. hơn một lần ảo ảnh
mái tóc cao nguyên. hay
mái tóc chiều thu xưa. bay
bay trên phố thị. ruộng đồng. sa mạc. trùng dương. buồn vui óng ả
mái tóc cao nguyên. hay
mái tóc chiều thu xưa. bay về đâu
làm sao biết mái tóc bay về nơi đâu là
tận cùng. chiều thu

dưới bóng hoàng hôn

những ngọn đồi ấy. đang
bận rộn chuẩn bị đón tiếp mùa hoa vàng. một thuở. thu xưa
đâu cần thiết phải để lại lời nhắn cho cỏ mọc hoang
phải thế không

dưới bóng hoàng hôn cao nguyên

tôi - bụi đường nhiệt đới
tôi - vỉa hè lang thang. khét mồ hôi Châu Á
tôi - chiếc lá rơi nghiêng chưa chạm đáy mùa
vẫy chào cao nguyên bao la. huyền ảo tâm tư chiều thu
tôi ra đi
không níu giữ đời ai nơi vòng tay hữu hạn
phận người

trên nền trời cao nguyên xanh lơ. hôm nay. ngày mai. mai sau
ánh mắt cao nguyên năm xưa. bên hoa dã quỳ
chưa tàn phai đâu
còn nhớ không. chiều thu

Đà Lạt, 01/6/2023

VẾT NỨT

Trên bức tường. chỉ có
ánh sáng biết rõ độ sâu. và. ngôn ngữ của
vết nứt
Tâm hồn bạn. không
hữu biên. không vô biên. tự chiếu sáng. không vết nứt
Bạn. hãy hân hoan tặng cho tâm hồn mình
một đóa hoa
Ô! đẹp biết bao
đóa hoa dại bên đường
cánh hoa long lanh
Không kiềm chế. bạn hét lên:
- Ồ. mặt trời. và. đại dương!

VẾT HẰN LỊCH SỬ CỦA THẾ KỶ 21

những thành phố đổ nát treo lơ lửng
những giọt nước mắt bầm tím

những mảng bê tông che chắn thân thể đã
ngạt thở nhiều ngày

những đống gạch vụn ủ ấm bé thơ
không còn nguyên vẹn

những cổ quan tài - chưa kịp chôn cất, chưa kịp hồi hương - đang
ngắm dung nhan bóng tối vĩnh cửu

những xác lính nghỉ ngơi rải rác trên cánh rừng
mơ thấy vợ con

những bào thai ngọ ngoạy nơi
vết thương hở bụng mẹ

những thùng hàng cứu trợ
cắm cành hoa đạo đức

những đầu đạn
chói sáng lời rao giảng tối thượng

những thần linh quyền năng
trốn trong tiếng gà gáy

những bài diễn văn soạn thảo trong họng rắn hổ mang
những bộ não uy quyền bồi bổ bằng máu tươi - máu của
loài hai chân - nói
tiếng người

máu
máu chảy thành dòng
vết hằn lịch sử thế kỷ hai mươi mốt

2023

VỀ THĂM,
HỘI AN VÀNG NẮNG PHỐ

Tặng cư dân phố cổ - Hội An

vẫn như xưa. cư dân vẫn sậm màu phố cổ
vẫn nụ cười nắng mỏng
vẫn mắt chớp mi qua phố hoàng hôn
Hội An chiều rêu phong
vàng gió
đã bao mùa nắng mưa
ai đến ai đi
vỉa hè
thương nhớ bóng
Hội An
phố. phố của những khung cửa sổ khép hờ
tâm sự. nơi mắt phố chờ mong
người năm xưa
trở về
Hội An
phố. phố của ngã tư ngã ba
ngã rẽ nào dẫn về phần mộ chôn tiếng hát năm xa. mộ mùa
ngân ráng đỏ
về thăm Hội An vàng nắng phố. ly hương
ly hương. ta
chưa phụ tình dáng phố rêu phong. ly hương
ly hương chập chùng mây núi
thương nhớ hoài
dáng phố ban mai. và
đêm mờ trăng. ngõ hẹp
bóng nhỏ đi về
về thăm Hội An vàng nắng phố. lang thang
cùng hồn phố lang thang
Hội An rảnh không. hãy
gọi giùm ta những vầng trán phố thân quen. nhớ

đừng chạm môi em vào trán phố.
về thăm Hội An vàng nắng phố. ta ngước gọi
đời ta. chiều nghiêng ráng đỏ. bóng ta cùng
bóng phố phôi pha. đứng nhìn dòng sông Hoài. nhớ
bóng mây thưở nhỏ
rò rỉ tâm tư màu nắng xưa. ta chưa đi ngược thời gian
sao bóng phố nhạt nhòa
bao mùa gió mưa qua kẽ tay. thỉnh thoảng
về thăm Hội An vàng nắng phố
loanh quanh tìm
dù vẫn biết. đời
nhiều góc khuất
vẫn tìm lên Cẩm Hà thơm mùi gạch nung
vẫn tìm ra Trà Quế xanh rêu chùa cổ
vẫn tìm qua Cẩm Nam vàng sông hoàng hôn
vẫn tìm về Cửa Đại biển sậm buồn thầm kín
chẳng thấy đâu
bóng dáng
nụ cười duyên nắng xanh
về thăm Hội An vàng nắng phố
phố trong ta là phố của người xa
phố rêu phong
thời gian xanh nắng chiều dĩ vãng. lẽo đẽo theo chân
cái bóng ta gầy – bóng của anh chàng mây bay. dường như
trong ba lô ố vàng ký ức
vừng trăng nhỏ
thở dài
muộn rồi
không còn kịp
Hội An
Hội An
sông đã ra đi
và mây trắng bay

2013

TỤNG CA. MẸ; THẾ GIỚI HIỆN TƯỢNG

Tặng anh Nguyễn Xuân Thiệp

Trên khoảnh đất nhỏ bé ấy. mẹ
đã xới đất thật tơi
bà đã cấy. đã bón lòng vị tha cho các loại rau xanh tốt
Các món ăn bốc khói. thoảng hương
tâm hồn mẹ
Bằng ánh mắt. nụ cười. mẹ
đã cuốc xới tuổi thơ tôi. thật tơi xốp
bà đã gieo vào tuổi thơ tôi hạt giống yêu thương. vị tha. tri thức
Chẳng bao lâu. tôi lớn. trưởng thành
Dưới ánh bình minh. cả trong bóng tối. tôi
tôi thấu thị các điều kiện của hiện hữu
Bên ngoài. và. bên trong tôi là trường tương tác. tương nhập. thanh lặng. âm
thầm. tôi
vâng. tôi không phải một hình khối. độc lập với thế giới hiện tượng
Tôi. tôi tồn tại trong tiến trình của sinh. và. diệt
thu nạp. và. đào thải

Sinh thành làm điều kiện cho diệt. diệt làm điều kiện cho
sinh thành. từng
khoảnh khắc. không
bền vững. tôi
Tôi mỉm cười. mỉm cười một cái tôi hiện tượng
Cảm ơn me
Cảm ơn đất. mưa. gió. mặt trời
Tôi. tôi tồn tại trong cơn lốc xoáy khắc nghiệt của
vô thường
Mẹ đã đi xa
Vâng. bà đã đi xa
Những ngày lạnh lẽo. tôi gặp lại bà - hơi ấm mặt trời
Những ngày oai nóng. tôi gặp lại bà - làn gió biển khơi
Những lúc đau buồn. tôi gặp lại bà - những đóa hoa bên
đường
Trên con đường dẫn vào khu rừng. vài
chiếc lá vàng đang rơi
Rơi. không lời từ biệt. rơi. không
một lời chia buồn. rơi. không
nghi lễ tiễn đưa về nơi an nghỉ vĩnh hằng
Tôi. tôi mỉm cười
yếu tính Thượng Đế. và. Chân Không Diệu Hữu
Tôi. tôi mỉm cười
Thấu thị
Bây giờ. và. tại đây

19/3/2024

TRONG IM LẶNG

I. Về ánh mắt

Trong im lặng

Ánh mắt thoát khỏi trạng thái chủ quan. nó
đang là quả táo đỏ no phồng cảm giác. nó
đang là trái chuối xanh. cong niềm hy vọng khả thi. nó
đang là quả cam vàng tươi sắc màu trí nhớ. nó
vâng. nó được trình bày trên
chiếc đĩa chạm
khắc sắc sảo tỉ mỉ đường nét thời gian. và. nó được tôn vinh
nơi
mặt phẳng ánh sáng. không có
quyền năng nào có thể buộc quả táo đỏ, trái chuối
xanh, quả cam vàng quay về nơi
xuất xứ. bạn
đừng bận tâm
trong im lặng
tôi/ chúng ta có vô vàn ánh mắt mới. ngay khi
nội tâm bắt hình ảnh cảnh vật

II. Về cánh đồng

Trong im lặng

Rồi bạn sẽ thấy bao điều tệ hại. nếu
bạn chưa thẩm thấu Vắng Lặng, thì
tâm hồn bạn có nhiều vết nứt tăm tối. các
loài cây ưu phiền đầy gai sẽ
mọc tươi tốt theo vết nứt. chúng
xâm chiếm cánh
đồng sáng láng của bạn. cánh đồng sáng láng sẽ
bị đe doạ biến thành dưỡng chất
dưỡng nuôi sức mạnh cho vũ điệu của
cánh gió đen hư ngụy. loài cây ưu phiền đầy gai
âm mưu thay đổi thế giới của bạn

Rồi bạn sẽ thấy bao điều tệ hại. thế giới của bạn sẽ
là vùng mù. bạn không cảm nhận trái tim rực rỡ vắng lặng
của
bạn. và. chiếc lưỡi bạn sẽ không thưởng thức
vị ngọt ứa ra từ sắc màu rạng đông huy hoàng . và. thính giác
bạn sẽ
không thể nhập giao hưởng âm vang trong
thiên nhiên trong suốt.

Vắng bóng kinh nghiệm vắng lặng. bạn
khó nhận ra con đường dẫn đến cánh đồng yến mạch của
chính mình. bạn chưa phân rã
Cái-Tôi-Nguyên-Khối thì khó thoát khỏi đau buồn
khốn khổ. sinh ra bạn đã thấm nhuần
thân phận nô lệ. thích thú cầu xin ân phước nơi
đền thiêng tráng lệ – hang ổ của
con đường tăm tối
khốn khổ, bạn
khiếp nhược bởi tín điều hù dọa. và
bạn tự nguyện hiến tế mình cho năng lực vô hình. và. từ đó
bạn chìm sâu vào văn hoá và tín ngưỡng nô dịch. khi bạn
phân rã Cái-Tôi-Nguyên-Khối thì
bạn chạm mặt Sự Thật Cuối Cùng.

III. Về năng lực vận động tự nhiên

Trong im lặng

Sự vận động bức bách trong
thế giới tự nhiên - hủy diệt tức hình thành, hình
thành tức hủy diệt. sáng thế nội hàm tận thế, tận thế khai mở
sáng
thế - là năng lực
bất tận. bạn hãy tự
khám phá sự vận động bất tận – khám phá bởi
im lặng nội tại đang là – nơi bạn, không lệ thuộc thời gian,
không
lệ thuộc biên độ.

Bạn và tôi, chẳng cần chọn
tư thế. bạn hãy đi vào tôi. tôi đi vào bạn. hãy đi vào nhau
trong im
lặng khốc liệt yêu thương. bạn và
tôi, ánh sáng của mỗi người đi xuyên
qua nhau. không triệt tiêu. luôn
cộng hưởng. và. bạn
hân hoan kinh nghiệm ánh sáng rực rỡ vận hành trong
bạn. trong chúng ta

IV. Về thi ca

Trong im lặng

Thơ sẽ là ánh sáng của
Tâm-Cảnh
soi rọi con đường của Cái Đẹp thực tại đang là
rực rỡ tôi
rực rỡ bạn. ánh sáng soi
rõ dáng đứng khu vườn của đời người. thơ giải phóng bạn
khỏi bóng tối tàn bạo. thơ dành lại tự do đích thực trong
thế giới của Thiện Mỹ. và, khi thơ
chính là bạn, bạn chính là
sự chuyển động nguồn ánh sáng của
Cái Đẹp tương tác. tương nhập - nội tâm và ngoại cảnh Đang
Là. không
thuộc quá khứ. không thuộc tương lai. và
thơ
chính là sự sống ngay đây. và. bây giờ
thơ không là sản phẩm xương xẩu dối trá của
cảm thức khô kiệt nhựa sống
thơ
là năng lực hiệp thông nhân thân và thế giới vô tận.

Bạn có nghe lời tôi vang vọng.

Đạm Ri, 25/2/2011

TRÊN NÚI BAGO YOMA NHÌN XUỐNG

*

Loài người không chết
họ phai màu
không nhìn thấy họ
trong lớp lớp mù khơi sương khói nghìn thu

*

Làm sao nhặt hết dấu chân
trên những con đường xa xăm ấy
gởi về địa chỉ cũ
mùa thu
Ngồi bên cây cỏ và các tảng đá
Cây cỏ nói:
âm mưu có cái giá phải trả
thủ đoạn có cái giá của nó
hãy chuyển hóa trái tim xanh hợp màu cỏ cây
thiên nhiên luôn ban phát sự công bằng. an lạc
Hình như các tảng đá đang xê dịch
ngồi sát bên tôi
và ngọn gió mùa châu Á thổi vào thung lũng Ayeyarwady
thổi đi những hạt bụi phiêu bạt
trên vai áo tôi

Đêm không ngủ
Trăng nghiêng về phía núi Rakhine Yoma
nhắc nhở
tôi
gởi lòng thương nhớ mênh mang
theo dòng sông Ayeyarwady
xuôi vào vịnh Martaban
xa xôi
Sẽ có ngày
dân làng chài
trên vịnh Martaban xa xôi
sẽ vớt được
tấm lòng tôi thương nhớ óng ánh màu trăng núi Rakhine Yoma

Viết tại Cao nguyên Shan, Myanmar, 20/10/2010

TÔI MÃI NHẦM LẪN MẸ VÀ THIÊN NHIÊN

Tôi rong chơi dài ngày nơi cánh đồng của loài chim
đang chuẩn bị gieo tiếng hót cho vụ mùa sau

Nắng nghịch ngợm nhuộm tôi rất nâu
Tôi vuốt ve ý định trở về
trở về khu vườn ký ức của mẹ
mùa trăng sắp chín

Tôi mở cửa ngực cho thỏ và sóc được tự do
　　　　thỏa thích gặm nhấm hoàng hôn tím dần chân núi

Tôi mở cửa vầng trán cho gió
mang tiếng hát con đường mòn về phương trời xa

Phút vội vã trở về
tôi vấp ngã
vết thương nơi chân rịn chảy chất lỏng hổ phách
Ồ, thì ra tôi cũng có mười ngón chân như mẹ mình

Mẹ không nhận ra tôi
Tôi rất đen
Tôi biết. tôi rất đen
Nhìn vào đôi mắt bà
dòng sông mùa hạ đang chảy những bóng mây
Tôi nhìn vào trí nhớ bà thấp thoáng hình bóng thằng nhỏ, gà,
vịt, con mèo đang phát sáng

Tôi nhìn vào tâm hồn bà
cánh đồng nắng xanh phơi trắng cánh cò bay
và gió và sóng lúa nhịp nhàng hát đồng dao

Tôi chạy tới ôm chầm lấy mẹ
Bà nhận ra dù tôi rất đen
cái mùi con trai bà
tóc tai ủ mùi nắng khét
Bà ôm lấy tôi vuốt ve như vuốt ve khuôn mặt con bò nghé
Bà khuyên tôi đừng đi chơi xa
lỡ lạc vào bình minh đâu biết đường về
Lời nói của bà màu xanh lá cây mát rượi

Tôi cứ nhầm lẫn
mẹ là dòng sông đang mang nước vào trái tim làng
mẹ là ánh trăng ru tôi ngủ hoang dại đồng xanh
mẹ là cánh đồng bát ngát cò bay
mẹ là tiếng gió rì rào trong lũy tre
mẹ là tiếng hót chim sơn ca trên đỉnh trưa
mẹ là hoa nắng thơm hương mùa mẫy vàng

Cúi soi bóng mình vào dòng sông
dòng sông đang tắm gội. kì cọ cái bóng tôi bằng những phiến mây bạc
tôi thấy tôi giống mẹ

2023

TÔI ĐÃ TÌM THẤY ĐỊA CHỈ

Trong tiếng ho những người già
tôi tìm thấy địa chỉ. của
hoàng hôn thấp khớp nuối tiếc dấu chân nắng sớm trong
vườn hoa. vườn um tùm bỏ phế cho loài sâu chăm sóc

Trong suy nghĩ teo tóp những người già
tôi tìm thấy địa chỉ. của
những bông lúa. những bắp ngô cất giấu vầng trăng và
người bù nhìn tả tơi trên cánh đồng suy kiệt mộng mơ. chờ
điều kiện nảy mầm

Trong cái ngáp những người già
tôi tìm thấy địa chỉ. của
mùa mưa bão sụt sùi âm mưu ngủ trong lồng ngực. đang
cầu cứu những viên thuốc an thần thương lượng
đêm mất ngủ

Trong ánh mắt những người già
tôi tìm thấy địa chỉ. của
ngã tư. ngã ba. khu chợ tấp nập. siêu thị đầy ắp
hực phẩm. những thành phố
tráng lệ tuyết trắng Tây Âu. đã qua mùa hoa tulip. những
đám bụi khô mù Nam Á. nồng hương gia vị

Trong đôi chân khô ráp những người già
tôi tìm thấy địa chỉ. của
tháp Bodh-Gaya trầm tư. Kim Tự Tháp phơi
vai trần nắng hạ. tháp Eiffel ánh sáng. tháp Pisa nghiêng
chiều thu. tháp Goethe nheo mắt nhìn

Franfurt tráng lệ. ồ. những
đỉnh tháp Á-Âu đang gáy. gáy trong đầu gối
khô nhựa mùa xuân

và. trên mặt phẳng thực tại. chiếc giường
rộng rinh hạnh phúc lứa đôi một thời bình minh. chỉ còn một
người - vắng tiếng
khóc và nụ cười trẻ con rực rỡ
ngày nào - tiếng khóc và nụ cười trẻ con ngậm
đóa hoa trên cánh đồng hoa cúc dại vỗ cánh bay đậu trên nóc
thành phố. chiếc giường
bạc màu thân phận. chiếc giường húng hắng ho. ho
tức ngực thời gian

và. dưới lớp chăn phủ kín tiếng rên
rên khe khẽ. rên cô đơn. con mèo - nằm thay chỗ
người bạn đời khuất núi. nó. nó đang nghiện
mùi hương người già. nó. nó thèm khát vị mặn mồ hôi. nó.
liếm
những nếp nhăn bàn tay tàn thu

rạng đông hấp háy đường chân trời. biển đầy trăng. lá
vàng rơi lãng mạn. lộc non nhú
xanh hy vọng. chim hót gọi
mùa về. trăng tím dần đỉnh núi. Cái Đẹp chẳng ích gì
ích gì mái tóc ngơ ngác trắng. trắng
mùa lãng quên

2023

TIẾNG HÓT TÔNG MÀU VÀNG TRÊN CÁNH ĐỒNG HOA CÚC DẠI

Thân tặng các anh chị Nhóm Chủ trương Tiền Vệ

I.

Tâm hồn nắng xanh
Sáng nay
Đẹp
Như bình minh dậy thì
Như ngôi biệt thự kín cửa
Như lẵng hoa vừa mới đến
Những búp lá non buông lơi vai trần
Ghé thăm vầng trán
Căn phòng nhỏ chớp mắt bình minh
Nụ cười tâm hồn nắng xanh, nhớ
Mái tóc mùa thu

II.

Tâm hồn ngọn gió xanh
Loài chó hoang biển mặn ngậm tiếng chuông động dục
Xa lộ xuyên qua khoảng ngực không nội y đèn đường bật sáng
Lửa không thể vắng mặt trong những giọt nước mắt dòng sông
Niềm an ủi khẩn cấp
Tất cả đã được đề cập chi tiết trong bài thuyết giảng
Cát sa mạc

III.
Thế giới ánh sáng bắt đầu từ hai mắt mở
Mở mắt thấu thị bản chất sống và chết
Mùa lá nghiêng
Loài cá da trơn mong đợi
Tiếng trompette nức nở trả chúng về dòng sông tâm hồn nắng mới
Xanh lơ
Cuộc đời có vết nứt
Biệt ly
Tuyệt đẹp

IV.
Nói thêm cũng thừa
Khu mộ địa cười sặc sỡ
Chiều vắng tanh một chiếc giày trẻ con rơi
Bơ vơ bên vệ đường
Cảm động tâm hồn cỏ
Người mẹ không tìm thấy chiếc giày trưa nắng xanh

V.
Tiếng hót tông màu vàng
Những tiếng hót tông màu vàng
Chim sơn ca đi vắng
Hải Vân quanh co
Mắt Huế xanh
Còn nhớ không
Cánh đồng hoa cúc dại
Màu Tím Huế qua núi đèo mái tóc bay
Lăng Cô – Sơn Trà – Cửa Đại
Không xa
Một đoạn ngắn nhớ thương
Chim sơn ca đi vắng
Cánh đồng hoa cúc dại nhớ màu em bước nhỏ
Dỗ giấc biển xanh

Đà Nẵng, 2013

UY LỰC CỦA
KIỆT TÁC KIẾN TRÚC BAGAN - MYANMAR

Ánh mắt không rời búp tháp Thatbinnyu sáng rực ánh chiều
hai bàn chân hình như dính chặc vào vùng đất Bagan
hơi thở dường như dừng lại
thính giác lặng vào không gian yên ắng thâm nghiêm
thân thể như đơ cứng nặng nề gạch đá ngàn năm
tôi chìm vào vẻ đẹp kỳ vĩ
tôi tan vào quần thể kiệt tác nghệ thuật kiến trúc Bagan
Đứng giữa uy lực của cái đẹp sững sờ của kiệt tác kiến trúc, tôi
sững sờ trước vẻ đẹp hoàng hôn mơ màng
trùm phủ trên vương quốc Bagan cổ đại
– một vương quốc hùng mạnh dưới thời
vị vua Phật tử Anawratha trị vì

Bagan. Bagan
vó ngựa chùn bước
Bagan
cát bụi ngừng bay

Bagan
quân tướng Thành Cát Tư Hãn trố mắt đứng nhìn kinh phục
Bagan
uy nghi tồn tại

Tháp Thatbinnyu vàng rực ánh chiều
tháp Thatbinnyu thủ lĩnh kiêu hãnh vút lên trời xanh
Tôi sừng sững giữa hơn hai nghìn đền tháp đoanh vây.

Mỗi tháp biểu trưng một phong cách kiến trúc không lặp lại
Mỗi tháp biểu dương một năng lực trí tuệ
Những chiếc mũ tháp nhọn dát vàng sáng chói ẩn hiện
trong những tán rừng thưa, đang bệ vệ
tiến gần bờ phía đông
dòng sông mẹ Ayeyarwady trong xanh thơ mộng

Những phiến mây trắng
chẳng hơn gì tôi
sững sờ lặng nhìn Bagan.
Những phiến mây trắng quên bay đến soi bóng mình trong
sông
Ayeyarwady hay sông Thanlvin trước khi
chiều xuống
Chiều tím sẫm huyền ảo, tôi
đến thị trấn nhỏ hiền hòa mộc mạc Nyaung - U ngủ qua đêm.

Tôi vẫy tay chào tạm biệt Bagan
Cái đầu tôi cứ quay nhìn về phía Bagan
Đôi chân cứ nấn ná chưa chịu ra đi
Dường như, văng vẳng trên không trung
hay, văng vẳng trong tâm hồn tôi
có tiếng ai gọi Bagan tha thiết

Bagan ơi! Bagan!

Bagan - Myanmar 20/10/2010

THỰC TẠI

Dường như. có ai thì thầm sau đóa hoa tường vi
không. chẳng có ai.
Chỉ có ánh bình minh rực rỡ trên cánh hoa
hạt sương lấp lánh. hạt sương ngái ngủ trong đài hoa
Hoa tường vi đỏ thắm

Hoa tường vi màu đỏ
Tỏa hương thầm
Nắng sớm đang reo

Dưới hiên chùa Viên Giác. Hannover, 2010

THÍNH GIÁC TA
TRẺ LẠI HỒI SINH

Mùa thu đang về. Chạm ngõ
Nẫy. Chiếc lá vàng. Ta chờ
khoảnh khắc mi rơi
Ta lắng nghe âm thanh mi chao mình chạm gió
mi rơi - Âm thanh mi rơi ta không thể
minh họa - sẽ giúp thính giác ta
trẻ lại. hồi sinh
Từ lâu. thính giác ta trầm tích dưới
sóng thời gian
một thời xưa cũ

Tiếng đàn mandolin.
Những ngón tay
cô bé nhảy nhót trên
phím chiều xanh. Ta vừa nghe vọng lại từ
ánh sao xa. nơi
tâm hồn thơ ngây
còn nguyên mây trắng

Ồ. Ta vừa nghe. Chiếc lưỡi đôi môi
thiên thần vô nhiễm của
cô bé nhí nhảnh cất lời ca:
Alouette, gentille alouette
Alouette, je te plumerai....
Dường như
Ta vừa nghe
từ ánh trăng xa khơi
vọng về. Mùa thanh khiết

Thính giác ta
trẻ lại. hồi sinh bởi
lắng nghe âm thanh chiếc lá vàng chạm gió. rơi

Ồ. Ta vừa nghe âm thanh tiếng đàn mandolin. Như
nhạc trời Gandharva
rơi
rơi lả tả
rơi dồn dập. Rơi vào thính giác ta. Đang hồi sinh
Sâu thẳm xanh

Ta. Ta vừa nghe lại giọng
cô bé líu lo:
Alouette, gentille alouette
Alouette, je te plumerai
... la tête...
          ... le bec...
                    ... le cou...
                              ... les ailes...

... le dos...

... les pattes...

... la queue...

Oh, oh, oh, oh, oh

Như. vọng lại từ
vườn gió địa đàng lá hoa tấu nhạc

Và. ồ. Ta vừa nghe
âm thanh mắt cô bé năm xưa chớp mi
một thời xa cũ
vọng lại từ
phiến mây hồng. Thơ dại. Trời xa

2023

THẾ NHÉ,
EM HÃY BƯỚC VÀO TÔI

Tôi đổ cơn mưa mùa hạ xanh mắt nhìn
Em không thể tin
tôi có lần nổi dóa
tôi vất tôi qua cửa sổ cao nguyên
cười sặc sụa

Tôi lì lợm xóa tôi khỏi gam màu phố núi đang
rực rỡ hoàng hôn
Tôi ương ngạnh
đào thoát ra khỏi trí nhớ của ngoại giới

Có thể em không ngờ
tôi thằng rồ
phơi lý lịch trên ánh sáng đang biến dạng

Tôi cũng đã đôi lần toan tính
tháo bỏ sa mạc tâm tư cong vênh trên trán mình
Chắc chắn
tôi không thể bỏ thói quen vuốt ve dòng sông
vắt ngang qua ngực
ngực tôi thảo nguyên xanh
dành cho loài ngựa
và chim đại bàng

Thì, em cứ bước vào tôi
thung lũng tôi không đáy
hứa hẹn em phát sinh cảm giác. khi
tôi phát sáng trên những ngọn sương mù

Em hãy bước vào tôi
tôi. nền văn minh đã suy tàn
chỉ còn nền móng dưới đáy lãng quên

Thế nhé
hãy bước vào tôi
theo cách của bước chân em

7/2017

CÂU THƠ GẦY GÒ VỀ THĂM LẠI SÀI GÒN

Nắng chiều thành phố gấp gãy trên lề đường
câu thơ gầy gò vào thành phố
từng bước đơn độc
đang thở hương thời gian
năm tháng cũ
câu thơ gầy gò đứng nhìn những cây cột đèn năm xưa
và đón nhận những tiếng động thành phố đang
che giấu thân phận mình

Câu thơ gầy gò hy vọng
tìm thấy cánh cửa ký ức những viên gạch vỉa hè
lưu giữ tiếng chân xưa
tiếng đàn guitar từ con hẻm 220 Lê Văn Sỹ, quận 3
thấm vào bức tường hoàng hôn loang lổ

Câu thơ gầy gò lắng tai nghe tiếng động cuối ngày
thầm gọi tên bạn bè tản mát trên địa cầu
thầm gọi Sài-gòn
bóng thành phố ngả trên vỉa hè dịu nắng
ngả vào bao kỷ niệm thân thương
dòng kênh sẫm màu ký ức dưới chân thành phố
dòng nước đen ôm lấy chân cầu - những cây cầu
bắt qua nụ cười Sài-gòn năm tháng cũ
hương cà phê vỉa hè thơm góc khuất

Câu thơ gầy gò thầm gọi tên bạn bè
thầm gọi Sài-gòn
soi bóng vào khoảng trời thành phố
câu thơ mày mò ráp lại tâm trạng riêng tư
có thể mưa bất chợt

nhớ nụ cười dưới chiếc nón che mưa
nụ cười của H, của ĐN...thời gian không xóa được
chiếc xe; bus number nine; năm xưa - phương tiện
di chuyển của sinh viên nghèo - đã lăn bánh vào dĩ vãng
làm sao quên

Câu thơ gầy gò thầm gọi tên bạn bè
thầm gọi Sài-gòn

Câu thơ gầy gò tưởng lại hương thời gian
thành phố
năm tháng cũ
mong gặp lại vài hình bóng những bạn học thân thương
Hải. Đoan Nghiêm. Mộng Hiền. Lãm, Nguyện...
có lẽ, bây giờ, các bạn ấy nhấp nhô giữa những bóng đời cong
vênh xuôi ngược
đâu đó trên địa cầu
chiều đã cạn
mỉm cười
nhìn vầng trán Sài-gòn
và khoảng ngực hoàng hôn thành phố
ánh mắt của câu thơ gầy gò
có thật
thọc tay vào túi
nhìn thành phố lên đèn

Câu thơ gầy gò thầm gọi tên bạn bè
thầm gọi Sài-gòn
năm tháng cũ

2008

ĐÊM MÙA HẠ. DƯỚI CHÒM SAO XANH ẤY BIỂN CŨNG BUỒN DIỆU VỢI

Chòm sao xanh - những ánh mắt đêm mùa hạ
trái tim ta rạng ngời
hứa hẹn hừng đông
sẽ gọi thầm
em - vầng trăng khuyết - bằng chất giọng ánh sáng
đêm biển lặng

ô kìa
phía chòm sao xanh ấy
dường như đêm
đang phản hồi cảm xúc đến
những hoang đảo giữa
trùng khơi

này em - vầng trăng khuyết - chòm sao xanh đã
một thời đơn phương lấp lánh thương nhớ
ánh mắt biển xanh. long lanh nữ tính
và, những lời tỏ tình của chòm sao xanh
tích tụ dưỡng chất cho những rạn san hô sặc sỡ. bảo lưu trong
tâm hồn biển mặn. như
sự bảo lưu hình bóng nắng xanh
trong trái tim ta
tất nhiên
trong tình yêu lắm khi
biển kiêu hãnh cũng rơi lệ đầm đìa
biển nhan sắc như em
đôi lúc cũng yếu mềm
đưa ngàn cánh tay sóng xanh vỗ bờ cát mịn
đừng ngại ngùng

nầy em - vầng trăng khuyết - hãy
hồn nhiên nếm hương vị
ánh sáng tình yêu lung linh phát ra
từ chòm sao xanh ấy. sẽ
cung cấp dưỡng chất bù đắp cho trái tim hụt hao
nguồn cảm hứng thiên thu

nầy em - vầng trăng khuyết
dưới chòm sao xanh ấy
đêm mùa hạ
biển mãi xinh đẹp như em
biển mãi nữ tính như em
đôi mắt biển vẫn đượm buồn diệu vợi. biển
tơ tưởng đến
hạnh phúc nơi giải thiên hà
đỉnh núi đá lầm lì vô cảm cũng đã hơn
một lần rung động tâm tư. những khi
bắt gặp ánh mắt biển buồn

2017

CÙNG MỘT VỪNG TRĂNG ẤY (LẠC MẤT. KHÔNG TÌM THẤY NỮA) CƠN MƯA. VỪA TẠNH ÁNH MẮT

CƠN MƯA. VỪA TẠNH ÁNH MẮT
bầy chim rừng. lơ đễnh
đánh rơi tiếng hót trong veo. rơi. rơi vào
tâm hồn con suối nhỏ
Róc rách là ngôn ngữ của nước
len lỏi chảy vào tim ta. xanh
Tiếng suối róc rách và
tiếng hót chim rừng. đang
viết bản tình ca trên
đường cong bầu trời ta. thoảng hương
năm tháng cũ

2024

CỔ THỤ

Những người cao tuổi
không ai biết
nó hiện hữu từ bao giờ
Trên tán lá già cằn. tôi thấy
dấu chân của đôi vầng nhật nguyệt
Những chiếc rễ quái dị. ngoằn ngoèo. bò trên mặt đất. tôi thấy
giống dòng. tông chủng. tổ tiên tôi
Lớp da dày. sần sùi. bạc màu rêu mốc. bong tróc. tôi thấy
nếp nhăn lịch sử của đất nước tôi
Ánh mắt tôi no nê bóng mát
Tôi rời đi
những chiếc rễ nhỏ. vô hình. ôm lấy
trái tim tôi

2024

CÓ MỘT MÙA ĐÔNG NHƯ THẾ

Tôi. chiếc bình thủy tinh trong suốt
đựng đầy giấc mơ mùa đông sặc sỡ ráng chiều
chẳng biết từ đâu
những con cá óng ánh đã có mặt trong

chiếc bình thủy tinh
với đôi môi nhạy cảm của
chúng. chúng rỉa giấc mơ tôi đang nẩy mầm
căn phòng tôi co mình nhột nhạt
bắt chước những con cá
tôi bơi trong môi trường ánh sáng tôi
tôi rỉa chính mình
những lỗ chân lông nở rộ những
nụ cười rất mỏng
đã bắt đầu mùa xuân
mùa đông với gương mặt bự phấn đang
bịn rịn trên chạc cây ngô đồng già cỗi bong tróc ký ức
tôi giúp thu xếp gió mưa vào hành lý - mùa đông sắp ra đi
chẳng hiểu vì sao tôi không thể ngăn sự xúc động

B'lao, 11/2018

DƯỚI BÓNG CÂY XƯA

Dưới tán cây xưa
hoa nắng rơi
lũ chim bay về hót
đỏ môi em

Dưới tán cây xưa
gió rất thơm
người mẹ trẻ vạch ngực cho con bú
bình minh

Dưới tán cây xưa
tôi nhìn lũ trẻ thả diều
ánh mắt vướng vào mây trắng

Dưới tán cây xưa
thật xưa
con diều giấy của tôi đứt dây
bầu trời xanh lồng lộng

Dưới tán cây xưa
còn đọng lại những hình bóng
nuôi dưỡng bước chân người
gió mưa

2022

NGÀY TRỞ VỀ BÊN HOA TẦM XUÂN

Ngày trở về
không "trèo lên cây bưởi..."
không "bước xuống vườn cà..."
trở về
đứng bên trăng
trăng trong veo lung linh nơi cánh hoa tầm xuân

Hoa tầm xuân sáng trăng nhìn tôi sững sờ
những cành gai co móng nhọn bíu lấy
nỗi nhớ ẩm ướt trăng non xưa áo xanh

Đêm nở trắng ray rức tầm xuân
hàng giậu thoảng hương
ướp lấy tôi tinh khiết

Ngày trở về
tiếng chuông chùa xa
lần theo phố xưa rêu phong
ngân về phía hoa tầm xuân
rủ rê tôi
ngân

Tôi từng ngân ấu thơ
nằm ôm đêm rong rêu mái nghiêng lênh đênh phố xưa
tôi từng ngân thiếu niên
chiều lang thang bến sông đìu hiu
lều quán vắng gió bỏ hoang tôi độ lượng
tôi từng ngân yêu thương
đêm chòi đạp tôi tơ vương vừng trăng non năm xưa áo xanh
tôi từng ngân thẹn thùng
đêm cầm tay trăng non áo xanh bên tầm xuân
tôi từng ngân xót xa
nắng mai lao xao. tôi theo mùa thu ra đi không lời từ biệt
tôi từng ngân phương xa
mong sao mùa đông vườn xưa tầm xuân không héo tàn

Ngày trở về
Hoa tầm xuân trắng xinh đêm nay
đứng bên trăng
tầm xuân trong tôi thắm tươi
Hoa thắm tươi trắng trong ngày biệt ly - biệt ly
trăng non xưa áo xanh - biệt ly mang theo
mùi hương tầm xuân phớt hồng

Ngày trở về
đứng với trăng
tầm xuân còn đây sắc hoa phớt hồng
đêm nay. trăng non xưa áo xanh nơi đâu?

Phố cổ Hội-An, 10/2011

DÙ NGĂN CÁCH, ĐỪNG TUYỆT VỌNG

Cảm giác của những ngón tay,
của em và của ta
bị ngăn cách bởi
dòng ánh sáng đang vào mùa chảy xiết
những ngón tay chẳng thể chạm nhau
cảm giác không còn đường dẫn
không thể sinh nở
những ca từ

chẳng mong gì
thật vậy
chẳng mong gì
ngày mới
ta và em được thưởng thức
từ đường chân trời
rạng đông sẽ vang vọng tiếng dương cầm

*

cảm giác của những ngón tay,
của em và của ta
bị ngăn cách bởi
dòng ánh sáng đang vào mùa chảy xiết
vẫn còn hy vọng
phát xuất từ nhịp tim bình minh
ta ráp nối những mẫu tự thành mệnh đề độc lập
làm chiếc cầu phao
nối hai bờ ánh sáng
cảm giác những ngón tay sẽ tìm đến nhau
dẫn truyền nguồn năng lượng bí ẩn

có thể sinh nở
những ca từ

hy vọng
ngày mới
ta và em được thưởng thức
từ đường chân trời
rạng đông sẽ vang vọng tiếng dương cầm

*

ánh sáng vũ trụ và gió mặt trời và bụi bóng tối
đe dọa hủy diệt
mọi kết nối

đừng tuyệt vọng
đừng tuyệt vọng
ta kết nối với em bằng thị giác biểu cảm, như ánh mắt các
tinh tú long lanh nơi dãy ngân hà
thị giác biểu cảm sẽ
sinh nở
những ca từ

đừng tuyệt vọng
vẫn còn đường dẫn khác
tuyệt vời biết bao
em và ta
hãy mở cánh cửa thính giác dưới bóng hoàng hôn của
không gian bao la ẩn mật
em và ta - dù là sinh thể nhỏ bé - hưng phấn
tiếp đón ngày mới
thưởng thức từ đường chân trời
rạng đông vang vọng tiếng dương cầm

2023

ĐỨNG LẠI

Dường như
ngôi nhà có nóc nhọn
đang ca hát
thanh giọng trắng mây mùa hạ
mây mùa hạ đi xuyên qua
tôi. rỗng không
dường như
dưới chân tôi
đất đang giẫy nẩy
phủ nhận tên gọi chế định
đất. đất. đất

Không phải đất
là bụi bặm của xác thân tan hoại ngàn đời
đông kết
dường như
sông đang hò reo
vận chuyển những giấc mơ ruộng đồng ra biển
ướp thấm vị mặn
và
trầm tích
tình yêu của những đôi mắt thôn nữ mướt trăng
dưới những rặng san hô
dường như
có ai trong sâu thẳm tâm hồn đang năn nỉ
đi thôi [*]

đi đâu
nơi nào sẽ tới
về đâu
chốn nào để quay về
không gian đâu là chỗ tận cùng
đi đâu
về đâu
kí ức đè nặng
tâm trạng nuối tiếc tốc độ tàn phai
kiếp người
không còn tương lai không còn quá khứ [**]
tôi
đứng lại
và,
tôi không thấy tôi đâu nữa

Ngày trở lại Đa Mi, Bình Thuận, 14/4/2012

----

[*]"Đi thôi" là nhan đề bài thơ của nhà thơ nữ Khương Hà. Tiền Vệ đã đăng vào tháng 3/2012

[**] Câu thơ áp chót trong bài thơ "Đi thôi"

DƯỚI ĐÊM CONG.
MÙA EM SÁNG TRĂNG

Nghiêng rót vào ta đáy mắt xanh
ngập ngừng hoa cỏ em
sáng trăng

Trăng tròn vạnh. hân hoan
ta đẻ non những con chữ
âm mưu tỏa sáng

Trăng tròn vạnh. nếu. tâm hồn
em không chừa chỗ khiêm tốn cho
khoảng sáng. những
cây cột đèn vỉa hè sẽ không thổ lộ điều thầm kín
Mưa đang ghé vào thị trấn mang cơn ho ra đi
trái tim cô độc

Dưới đêm cong. em
sáng trăng
ta không màu
cất giấu những nụ cười bè bạn dưới
chiếc lá non
gởi về khung trời cũ

Đêm nay ta rất trăng

lang thang
không màu. trong túi lữ hành còn sót
một ít tâm trạng của
trùng dương. ta lang thang
không trở về quê hương
tiếng chuông ngân đêm xanh
gió bình nguyên thao thức

Trăng tròn vạnh. nghiêng rót
vào ta đêm tím than. ta
và người chưa về
chưa về
mùa mưa sắp qua

Trăng Núi Dinh, tháng 7/2012

ĐÔI BỜ *

Em Chức Nữ, bên bờ kia, đứng vẫy
Ta Ngưu Lang mãi rớt lá bờ nầy
Trường giang rộng muôn đời là khoảng cách
Bờ xa bờ, thương nhớ gởi mây bay
Mây bay mãi, tình bạc màu viễn xứ
Nôn nóng chờ tin, gió chẳng phản hồi
Mây bay xa, gió mùa không quay lại
Sông mãi ra đi, bờ bãi ngậm ngùi!
Trường giang rộng muôn đời là khoảng cách
Sông nước đi, thương nhớ cũng lao xao
Đôi tim nhỏ đã sậm màu cổ tích
Vẫn giữ cùng nhịp đập với trăng sao

Em Chức Nữ đợi đến ngày thất tịch
Ta Ngưu Lang đã rụng cánh bên sông
Cơ khổ chờ nhau, ngày kia hóa đá
Tượng đá chung tình, tình đá mênh mông
Trường giang rộng, bờ nhìn bờ xa cách
Bờ thấy bờ, bờ chẳng gặp bờ đâu
Tình gởi theo sông, sông mang về biển
Biển trùng khơi, tình vỗ sóng bạc đầu

(*) Bài thơ - viết trong đêm, khi xuống thăm người bạn đồng hương, thầy giáo Đặng Mậu Sáu
(Hạnh) - viết tặng mối tình trắc trở của bạn tôi, với cô bạn gái ở Hậu Giang
Hậu Giang, 1977

EM SÁNG TRĂNG

Tặng cát biển Mỹ Khê - Đà Nẵng

Cát biển óng ánh lấn sâu đến tận chân núi kia
          cũng không thể chạm vào
Gió đêm thấm xuyên qua vết nứt cô đơn đá tảng
          cũng không thể chạm vào
Sóng biển khát khao thầm kín biết bao
          cũng không thể chạm vào
Đôi bàn tay hóa thân của bóng tối ma lực
          càng không thể chạm vào
                    nơi thiêng liêng
Em sáng trăng

2011

GIẤC EM, LÀM SAO ĐÁNH THỨC

1.

Làm sao đánh thức
em ngủ vùi giấc đá lim dim
trán em thiếu nắng
ta mùa đông mưa thốc ngực chiều
cơn bão rớt khoanh tay đứng chờ em ngoài ngưỡng cửa
đợi hoài công em hô hấp thanh xuân
đợi hoài công em nồng nàn trút lá
nản lòng
cơn bão ra đi

2.

Làm sao đánh thức
giấc san hô em co duỗi cạn mùa
những con cá sặc sỡ bơi quanh. em ngủ thiếp
rong rêu đắp em nõn ngực
những con cá cắn môi em đắm say
tóc em xanh rập rờn dòng hải lưu cuốn xoáy
em mơ gì dưới đáy biển sâu
sóng ngầm vỗ đập
ánh sáng lao chao
em cứ mãi lung linh
áp thấp nóng lòng trên bờ cát vàng chờ đợi
dã tràng xe cát
ta. ta xe cạn bóng mình
một đời mây bay

3.

Làm sao đánh thức
giấc rừng xanh em trăng mướt sương
những con ve rừng kêu ve ve thúc ta sụp tối
những con chim rừng lảnh lót thúc ta bình minh
bầy nai no trăng yểu điệu từng bước khuya reo suối
chúng nói về em và những đóa lan rừng im ắng
ngát hương thầm chờ nở nụ
đại ngàn lộng gió
ta mấy mùa thay lá
ta mấy mùa đâm chồi
nắng rớt
mưa nghiêng
ta. một đời mây bay

Penang, Malaysia, 2/2007

HY VỌNG.
BẢN THẢO BÀI THƠ NHƯ KÍNH LÚP PHÓNG TO CHI TIẾT GƯƠNG MẶT CỦA NÓ

Con chim bồ câu lông trắng
bay theo tôi
Hình như
Nó đang theo dõi tôi
Có thể
Nó muốn trả thù một người nào đó giống tôi

À, nhớ rồi
Con chim bồ câu lông trắng
rất giống gương mặt nữ nhân viên văn phòng hộ tịch địa phương
Tôi đã gặp khuôn mặt ấy vài lần mùa đông năm trước
khi tôi đến văn phòng
làm giấy khai sinh cho
ánh nắng ban mai
Tại sao nó - con chim bồ câu lông trắng - cứ
bay theo tôi?
Rẽ sang thế giới khác
Thế giới của bụi đường sặc sỡ hoàng hôn sẽ
che khuất tôi
Tôi quay mặt nhìn
vẫn là nó
Nó đang theo dõi tôi chăng?
Tôi chưa làm đều gì phạm pháp
trong vương quốc lá xanh

Dựa lưng vào hoàng hôn cỏ sậy
Tôi soạn bài thơ về gương mặt của nó trên phiến nắng chiều
Phiến nắng chiều mõi mệt
rụng hết các mẫu tự

Nó bay đến. nó - rất giống gương mặt nữ nhân viên
văn phòng hộ tịch địa phương - nhặt sạch các mẫu tự
Nó. vội bay về nơi xuất phát - vương quốc lá xanh
Có thể. nó. nó âm mưu sẽ sắp lại các mẫu tự để
soi gương mặt vào bản thảo bài thơ
Gương mặt nó rất thơ chăng?
Hy vọng. bản thảo bài thơ như kính lúp
sẽ phóng to chi tiết gương mặt của nó.

Trong thầm kín
tôi báng bổ tôi. tại sao? tai sao? tại sao tôi
ám ảnh đôi mắt gương mặt của nó

2023

KHÉP CỬA.
MỘT NGÀY NẮNG XANH

Nắng mai xanh - xanh màu mắt trẻ thơ - bắt đầu
từ hơi gió trong họng chim đang hót
búp lá non đang viết gia phả các thế hệ lá vàng rơi nhiều năm trước
đóa hoa tường vi cất giấu mối tình sơn nữ
phía sau sương mù là nụ cười và đôi môi đỉnh đạc
và câu hỏi đang thai nghén chờ sinh nở câu trả lời
đừng vội kết luận
đỉnh núi sẽ nứt nẻ bóng hoàng hôn
đừng vội phủ nhận
dòng nhựa nguyên đang lưu chuyển trong mệnh đề
những mẫu tự nẩy mầm trên trán bài thơ

lão xà ích quất roi vào mông ngựa
nắng chiều đau rát
té ngả trên sườn dốc dẫn đến đám mây sặc sỡ
chim đại bàng bay lượn tìm
bộ sưu tập ảnh những con thú nhỏ
quyển sách ấy
ai giấu trong búp lá non
bướm và ong bay tìm mùi hương lạ
nhớ về đồng lúa xanh quê cũ
quên hình bóng cánh cò năm xưa
cỏ giận dữ

hoàng hôn khép ngực
ngày đã cạn dần
hãy chờ đợi
tiếng chuông sẽ quay lại vẽ lộ trình của âm thanh

2024

KÝ ỨC THÁNG 10
DƯỚI CHÂN THÁP EIFFEL

Chiều Paris trong lá phong vàng sẫm
nụ cười nàng - nàng đã chết
trong hạt sương Âu châu - đang ngồi
dưới chân tháp Eiffel ánh sáng. bên cạnh
chiếc vali xám tro
nụ cười nàng
làm đẹp nụ môi người khác. tôi
ám ảnh
một ít thu Paris. khi
tôi hiện hữu ở đó.

Paris, 2018

LỜI CỦA BƯỚM

Nầy bạn
nếu không có ánh sáng
không có hoa
không có gió
không có sương mù
thì
làm gì có bướm

Nầy bạn
nếu không có bạn đứng nhìn theo
tôi tung tăng chập chờn với đôi cánh sặc sỡ sắc màu
bên những đóa hoa mỉm cười nắng sớm
thì
chẳng có thơ
chẳng có tranh
chẳng có nhạc
và. chẳng có ai ca ngợi thế giới nầy

Yếu tính sinh động nầy
hiện hữu
bởi yếu tính sinh động kia
hiện hữu
không hề có sự hiện hữu độc lập
em có nghe
lời của con bướm nhỏ ấy chăng

LỜI DẶN DÒ
CỦA NGƯỜI ĐI VỀ NƠI CHÂN TRỜI

Tặng Tường Nguyên, Lộc Uyển, Tuệ Ẩn

Tôi đi. nơi xa xôi chân trời. chân trời
đường vạch ngang
ngoài biển khơi

tôi đi. mang theo
một ít tuổi thơ trong khu vườn phơi mây trời
một ít quê hương
một hình bóng mẹ
và vầng trăng em thơ dại một thời
em đừng lo
binh minh ở đâu chẳng có
gió ở đâu mà chẳng có
hoàng hôn ở đâu mà chẳng có
bóng mây ở đâu mà chẳng có
em đừng lo

tôi biết.
tôi biết cách làm món gỏi chua
món ăn tôi rất thích - mẹ vẫn thường làm
em đừng lo
đừng lo tôi không biết làm món gỏi chua
            nơi xa xôi chân trời

tôi ra đi. nơi xa xôi chân trời
em có buồn
tâm sự với con sóc nhỏ. với cỏ
và sương. với những đóa hoa dại
bên đường. em đừng kể

tôi ra đi nơi xa xôi chân trời
tôi mang theo
mang theo
vầng trăng em thơ dại một thời
với những người
em sẽ gặp. họ
sẽ khiến em đau buồn

2023

LỜI XIN LỖI.
CHÂN TÌNH

Em. mời tôi
đến tắm gội trong giấc mơ em - lời mời
trân trọng. đẹp lòng hoa cỏ

Chân tình. chúc mừng
giấc mơ em. long lanh

Tôi. tôi chưa thể
cất bước ra đi khỏi túp lều nhỏ. vì
ánh trăng xưa. đêm qua. vẫn về
nhìn qua cửa sổ. khuya

2024

MỘT CHIỀU THU GHÉ LẠI ĐÀ LẠT

Cao nguyên gió
thổi nghiêng
lời phố núi

Giọt cà phê nâu
rơi
chiều thu

Khung trời cũ
một thời sạn sỏi
biết tìm đâu

Người đã xa
mây trắng bay

Đường phố núi
bạc mầu thân phận

Nắng chiều xanh
sá chi ngày đã cạn

Vậy nhé
cứ để phấn thông bay

2022

MỘT NGÀY VỚI BIỂN

Biển nháy mắt
ta dạt dào sóng xanh
nghe trong gió ngàn khơi
dường như có ai
thở than bên kia trùng dương

Biển nháy mắt
trên bãi cát vàng. ta đang
tháo gỡ những hữu hạn đời người

Biển nháy mắt
dòng hải lưu đang cất lời ca
tinh huyết mặt trời
tâm hồn lộng gió
không thể giao lưu bằng ngôn ngữ sóng nước
ta ngã người vào vòng tay
biển xanh
cảm giác tuyệt vời
những đợt sóng bám vào tấm lưng trần
tôi bay vào ánh sáng vô hạn

Sơn Trà, Đà-nẵng, 10/2013

MỘT SỰ THẬT KHÁC

Mỗi người được sinh ra đều giấu trong cơ thể:
tiếng khóc và cánh cửa vô hình
tiếng khóc đã được trưng bày sặc sỡ ấn tượng
        trên kệ của cuộc đời
                cánh cửa thì không
cánh cửa vô hình vẫn thường xuyên mở và khép
        mở ra
nhìn thế giới bên ngoài có chút gì có thể
        thỏa mãn bản năng
            khép lại
                giấu đi sự bất toại nguyện
                    những điều hổ thẹn
                        nụ cười hiếm khi có đủ ánh sáng
trong mùa thâu hoạch khó thu hái một nụ-cười-thật
        tự lừa dối và bị lừa dối
            là bản chất
                mặt trời nín thinh
                    nhân loại mắt rất kém
                        chỉ có ta mới có đôi mắt tốt nhất
                            nhìn thấy được điều thầm kín
                                trong trái tim ta

2013

LẠI MỘT SỰ THẬT KHÁC NỮA

Những trái tim nhút nhát
hang ổ của bóng tối
sợ hãi sự rỗng không trước mặt và sau lưng
nhớn nhác tìm nơi trú ẩn
kỳ vọng
Thần Linh
nơi nương nhờ bí nhiệm
từ đó
không lối thoát - hai bàn tay cố giữ
cánh cửa nô lệ

Sai-gon, 2013

MƯA ĐÊM

Đêm. vang vang tiếng chân mưa
tâm hồn đêm. tối mịt. cỏ thích thú
chường mặt qua cửa sổ đêm. tôi
hứng những hạt mưa. mát lạnh. đã
được cánh rừng ca ngợi

Gắn cây nến vào lòng chiếc đĩa sành
được vinh danh. cây nến
đội chiếc mủ lửa. nhọn. đôi mắt
thông thái. đang. trao đổi với bóng tối
kinh nghiệm viết xuống

Cây nến nóng bỏng cảm xúc. nhễ nhại tâm tư màu
hồng. đọng trong lòng chiếc đĩa
Đó. sức chịu đựng cao quý. đêm rất thơ

Đỉnh sọ tôi. không thể
phát sáng cùng cây nến
Đỉnh sọ tôi. phát sáng theo phong cách
đám mây. soi bóng vào đầm nước. mùa hạ
nắng nín thở

Đôi khi. đỉnh sọ tôi. nhấp nháy ánh mắt
các tinh tú. trên nền đêm trầm tư

Kéo đắp cơn mưa đêm kín người. rồi
Tôi ngủ quên. dường như thế
Tôi mơ cùng giấc mơ của những chiếc bình gốm. chúng
cười mãi không bao giờ
mím miệng. môi đầy bụi

2024

NHÀ THƠ. CHÀNG HỌA SĨ KHÔNG GIÀ NUA TRONG QUYỂN ALBUM ẤY

Những chiếc lá vàng mùa hanh khô. và
đỉnh sọ của nhà thơ. và. cây cọ của chàng họa sĩ
phát sáng mùa sinh nở nghệ thuật
tất nhiên. ta đang lắng nghe
âm thanh nắng chiều chớp mi
đau thấu tim
nỗi nhớ
đừng quan tâm

Dù người nữ phóng viên tâm hồn. đưa tin: hắn
đang âm mưu ăn dần những mái ngói thành phố cổ
đừng quan tâm
đám thị dân thích thú những giọt nắng. những hạt mưa. kỷ niệm
từ vết thương hở của mái nhà
cửa sổ căn gác xép. con mắt chờ đợi. người năm xưa trở về
cây dương xỉ trên bức tường rêu. im tiếng. mùa mưa đã qua
nhà thơ. chàng họa sĩ. rất thiên nhiên. không bao giờ già nua
trong quyển album ấy

10/3/2024

NGỌN LỬA CÂY ĐÈN CẦY VÀ. CHIẾC LƯỠI CỦA BÓNG TỐI

Lũ đôm đốm thì không
bọn phù du và loài bướm đêm rất thích
búp lửa tim đèn như mũi dao vàng lắc lư trên hộp sọ cây đèn cầy
Ngọn lửa cây đèn cầy chế chế giễu
ngôn ngữ chế định bất lực không vói tới
chân nghĩa thâm sâu
Thân thể cây đèn cầy nhễ nhại máu màu đỏ hồng sền sệt
là tận hiến sinh mệnh của một chiến binh ánh sáng

Khuya
Ngọn lửa cây đèn cầy chỉ dạy cho bóng tối
dùng chiếc lưỡi xới tung cánh đồng trăng khô héo
Đất tư tưởng phải cày phơi ải
Bóng tối thè lưỡi rất nâu - dường như
đúc từ kim loại
có thể mùa màng bội thu sự im lặng

Chiếc lưỡi bóng tối có phận sự giảm thiểu ngôn-từ-chế-định
mọc hoang
chiếc lưỡi bóng tối hiện hữu có phận sự hé mở cánh cửa minh triết

Ngọn lửa cây đèn cầy và chiếc lưỡi bóng tối đầy uy lực
Những hạt cỏ buồn thiu
Cỏ không thích bị cày xới xáo tung lịch sử
Cỏ an phận và cỏ lưu trữ sự mê tín được truyền thừa từ
văn bản cổ xưa - tập đại thành huyền thoại

những dấu chân tuyệt đẹp

tất nhiên. ta không là họa sĩ
cây viết chì trong giấc mơ đã
vẽ bầu trời. khu vườn. ngôi nhà nhỏ. con đường rải đá
tờ giấy chật cứng con sông xanh đang ca hát
nơi. em có thể đến nghỉ chân
vậy nhé
đừng để đêm mùa hạ ngóng chờ
em không đến
mùa hạ sẽ vắng bặt tiếng chim

tất nhiên, ta không là họa sĩ
cây viết chì trong giấc mơ đã
vẽ bầu trời, khu vườn, ngôi nhà nhỏ, con đường rải đá
chiều thứ bảy sủa ồn ào
tâm hồn trăng sao thinh lặng
ánh sáng vẫn còn đủ cho bữa ăn tối
mời em đến dùng bữa ăn nhẹ
vậy nhé
đừng để những đóa hoa tỉ muội dợm buồn. rơi rụng

tất nhiên, ta không là họa sĩ
cây viết chì trong giấc mơ đã
vẽ bầu trời, khu vườn, ngôi nhà nhỏ, con đường rải đá
ồ. những chiếc lá ấy tình nguyện cất giữ tiếng nói đen. mùi cỏ dại
bóng đêm. cơn đau tim bộc phát
ta vuốt ve trái tim đau nhói chỉ đủ để tạo màu cho
đồng cỏ run rẩy
nơi đây em có thể đến nghỉ chân

vậy nhé
đừng để phiến mây trắng bay đi

tất nhiên, ta không là họa sĩ
cây viết chì trong giấc mơ đã
vẽ bầu trời, khu vườn, ngôi nhà nhỏ, con đường rải đá
vẽ cơn mưa muộn bạc màu
đường nét cây bút chì rất trơn
em thử đi qua
ta tin
em sẽ để lại những dấu chân tuyệt đẹp

B'lao, 2016

NHỮNG LỜI DẶN DÒ LÚC RẠNG ĐÔNG

Sau vừng trán ấy những ngày mưa bão đã thu xếp ra đi
Đôi mắt em xanh cánh rừng thầm kín

Qua mùa thu hoạch, cánh đồng rảnh rang ngồi nhớ những ngón tay mình
Hình như bình minh bắt đầu từ sợi tóc

Em đừng lo lắng nhiều cứ để những ngón chân nói về quê hương của chúng ta
Chỉ có những tảng đá ấy luôn tỏ ra nghiêm trang mô phạm
Hoàng hôn đang trải lòng với dòng sông rực rỡ chảy qua vùng trí nhớ

Hãy phơi bày, em chẳng nên giấu nụ cười sau cánh cửa
Và, không nên xáo tung ý nghĩa của những lối mòn đang ngủ yên trên mặt đất

Nỗi ưu phiền rơi vãi trên mọi nẻo đường không thể nào nhặt hết
Thì em cứ vuốt ve yêu dấu ngọn cỏ và bầu trời

Đâu còn nhiều thời gian tán gẫu với ngọn gió mỏng vừa đi qua
Nhìn hai bàn tay sần sùi mùa hạ của hắn thì đủ biết
Em chẳng nên quan tâm đến việc hắn có ăn trọn khu đô thị ấy hay không

Chiều nay sương xuống nhiều
Chẳng ai tháo rời những bóng chim ra khỏi bầu trời

Em hãy đến vịn những cành khô bằng những ngón tay long lanh cảm giác

Ngày mai mây rất trắng
Hãy nhắn với đỉnh núi kia. rập rờn rạng đông ánh mắt

Ta đang chuẩn bị cuộc du hành đến những giấc mơ trong mùa xanh lá mới
Như ta đã từng đến ngắm những đóa hồng đen bóng tối đẹp không ngờ!

2023

NHỮNG Ý NGHĨ RỜI,
LÚC DÙNG ĐIỂM TÂM BÊN CỬA SỔ

Khung cửa sổ. nơi ánh mắt ra đi
mây trắng trôi trong tiếng hót bầy chim di trú
mùa xanh đã về trên bản làng sơn cước
in trên vầng trán bình minh
một đóa tường vi nở
tặng cho người ngắm nhìn

thọc tay vào túi
chạm những tờ tiền giấy mệnh giá thấp
chúng hứa
hiến tặng những kinh nghiệm no mọng cảm xúc cho
cơn đói màu hải hà
vào những buổi sáng khác

nếm hương vị chút cà phê nguội lạnh đáy ly
đầu lưỡi mở cánh cửa ban mai
những ngón tay chạm vào vị ngọt cao nguyên se lạnh
mùa sương dâng
không hy vọng hong khô mùa trăng xưa thơ dại
không biết bây giờ

núi đồi trùng điệp
cô bé sậm màu sơn cước nơi đâu
chiếc bàn nhỏ kê bên cửa sổ
vẫn còn nhớ ánh mắt em bé K'hor

cơn đói lẩn tránh vào nắng sớm
bữa điểm tâm thu hẹp ý nghĩa vào những mẩu bánh vụn
chiếc đĩa đang thư giãn tâm tư
chiếc ly không nhớ nổi ngày sinh nhật chính mình
và chiếc muỗng nhỏ nằm duỗi thân phận trên mặt phẳng
thực tại đầu
ngày
khung cửa sổ chưa hề giới hạn không gian đời người
lưỡi dao không phân chia thời gian trong chiếc đĩa
lịch sử còn lại
là những mẩu bánh vụn

2021

NƠI. TÔI ĐÃ SINH RA

Cánh đồng cố hương đã sinh ra tôi
Tôi thơm hương đất
Gương mặt tôi. Đẹp. Như sóng lúa rạng đông

Tôi không ăn cỏ
Tôi chỉ nuốt dưỡng chất bình minh
Lúc ngực lúa ngậm đòng

Dường như
có ai tâm sự phía sau ngưỡng cửa cánh đồng
ồ. Không
Gió mùa và bông cỏ may
Cuối vụ thu hoạch đang
Vá lại tâm hồn tôi nắng thu

Trong giấc ngủ
Lúa. Cỏ. Đất. Nắng. Gió. Mưa
Càn vào giấc mơ tôi. Ùn tắc
Nhận tôi có cùng huyết thống ngàn xưa

2023

TÂM HỒN EM.
RỖNG KHÔNG.
RẠNG ĐÔNG KHÔNG TÌ VẾT

Ánh nắng cuối cùng đã tắt
mưa xuân vừa ra đi
bên ngoài cửa sổ. dế mèn ca hát
kích động
những con chữ trong câu thơ. múa điệu cỏ xanh

em. chờ đợi
trăng đang chuẩn bị qua sông
đừng vội gõ cửa ngực mùa
hãy đắp giấc mơ tháng giêng của em. cho
con suối nhỏ. đang ngủ. giấc hồn nhiên

ánh sáng. giúp em tồn tại. bóng tối
giúp em tỉnh thức. thấu suốt góc khuất của
tâm hồn em
đừng lưu luyến
hãy vứt bỏ những đau buồn. lơ lửng trong tâm hồn em ngày tháng
có phải. ta. hơn một lần. đã nói với em
sự sinh động kì diệu của tỉnh thức trong bóng tối. em
phục sinh em. từng khoảnh khắc

Ồ. tâm hồn em. rỗng không
rạng đông. không tì vết

TA CÓ MẶT
BỞI VÌ MI CÓ MẶT;
CUỘC ĐỜI CÓ MẶT

Nầy chim
mi bay thật điêu luyện
mi chao lượn rất tài tình
ta không bay được như mi
ta không hót được như mi
nhưng. ta biết
thưởng thức những đường bay cong trơn
mi vạch trong không gian hoàng hôn sặc sỡ
Ta có mặt
bởi mi có mặt
cuộc đời có mặt
cái Đẹp khoảnh khắc đang được cảm nhận

Và
nầy chim
ta nghe trong tiếng mi hót
có cơn gió nhẹ rừng xa
ta nghe trong tiếng mi hót
có mùi hương thầm của loài hoa chưa biết tên
ta nghe mi líu giọng
có âm thanh róc rách suối khe
ta thấy mi xòe cánh nhảy nhót
cả bầu trời xanh trong ta chuyển động
Lắng nghe tiếng hót của mi
ta không còn thấy ta đâu nữa
ta là ngọn gió ư
ta là cánh rừng ư
ta là bầu trời bao la mây trắng ư
ta là âm thanh ư

Ừ. sao lại không
sao không phải là một
sao không phải là tất cả
khi tâm hồn ta vắng bóng sự phân biệt
chủ thể và đối tượng

Sau những ngày tháng lang thang
Tôi đi ngang qua mùa xuân
Dòng sông mùa xuân cố níu kéo tôi lại
Niềm nở đặt vào bàn tay tôi ít gió sóng lăn tăn trên mặt nước bình yên
Và tặng thêm tôi sự trôi chảy trong xanh thầm lặng minh triết của nước
Sông bảo đây là món quà thân hữu
Không thể chối từ
Tôi tặng lại dòng sông nụ cười cất giấu trong câu thơ của chàng thi sĩ đã chết
trong cô đơn

Rồi tôi vội vã ra đi với những hạt bụi ven đường
Tôi đi ngang qua mùa hạ
Biển mùa hạ nắm tay tôi kéo lại
Hân hoan tặng tôi những tiếng động của trùng dương
Vui vẻ tặng thêm vị mặn đặc trưng của tấm lòng biển cả
Biển còn choàng lên vai tôi chiếc khăn thẫm xanh xa khơi
Biển nói vị mặn luôn cần thiết cho đời người
Và màu xanh xa khơi rất cần cho ánh mắt kẻ du hành
Biển bảo đây là món quà thân hữu
Không thể chối từ

Tôi tặng lại biển những hạt lệ biệt ly long lanh mà tôi đã nhặt được trên đời

Rồi tôi vội vã ra đi với những hạt bụi ven đường
Tôi đi ngang qua mùa thu
Núi đá khô cằn mùa thu ngăn cản bước chân tôi
Núi đá hớn hở tặng tôi sự rắn chắc của đá tảng
Núi đá dạy tôi đứng hoặc ngồi lặng im và hãy chịu đựng như vách đá kia
Rồi núi đá bảo tôi hãy nhìn vào ký ức
Chẳng thấy có gì mới lạ
Không ngoài những hình ảnh quen thuộc trôi qua
Hình ảnh của người đời mà tôi đã gặp tuôn trôi trong dòng cuồng lưu tình yêu và
cái chết
Hình ảnh của đời người tôi đã thấy họ xuất hiện và biến mất
Núi đá động viên tôi hãy loại trừ dần những hình ảnh ấy rồi sẽ gặp ánh sáng chính
mình
Tôi hứa sẽ thực hiện để gặp ánh sáng chính mình dưới bóng một ngôi sao cô đơn
khủng khiếp
Không còn đủ thời gian
Tôi còn phải trở lại túp lều để trú đông
Tôi cần nhiều thời gian để chào đón những đóa hoa bé nhỏ hoang dại
Tôi không quên tặng núi đá tiếng khóc trẻ thơ khát sữa và đường cong của thân
thể người già

Rồi tôi vội vã ra đi với những hạt bụi ven đường
Chân tôi sưng tấy trên con đường vội vã trở về
Mái lều đã hư nát nhiều nơi và dây leo đã che kín lối vào
Những đóa hoa nhỏ bé hoang dại đã khô héo co rúm bám trên những cuốn hoa
Như cố chứng minh tấm lòng chờ đợi

Ngày trở về
Những đóa hoa nhỏ bé đã khô héo
Tôi hụt hẫng bơ vơ giữa buổi chiều nắng nhạt
Cúi ngắt một đóa hoa khô héo đặt vào lòng bàn tay
Tôi nhìn đóa hoa khô không chớp mắt
Hình như tôi cũng đang cùng vạn vật sinh diệt phũ phàng
Nhóm bếp lửa cho ấm ngày trở về
Tôi cất cao giọng ngâm khàn đục
Tôi muốn gởi vào ngọn khói bếp đang bay vào không trung
Tôi muốn gởi vào ánh lửa bập bùng
Những câu thơ của chàng thi sĩ đã chết trong cô đơn

Ồ, những hạt bụi ven đường đã ngủ trên vai tôi từ lâu

30/12/2007

SỰ YÊN LẶNG TRÊN ĐẤT THÁI

Khi dời đến căn phòng nầy
ngoài mái hiên kia
ai đã treo từ trước. chiếc lồng chim trống không

chiếc lồng đã từng nhốt giống chim nào
làm sao biết

chiếc lồng trống không. chỉ có cơn gió nhỏ
bay đi bay về

sự yên lặng trên đất Thái
không phải sự yên lặng trong sợ hãi như ở Lhasa
không phải sự yên lặng trong sợ hãi như ở Yangoon
sự yên lặng ở đây
đất nước Thái – xứ sở của tự do. của
Vua Maha Vajiralongkorm hiền đức

trong sự yên lặng tuyệt vời ấy
không còn nghi ngờ
tôi vừa nghe tiếng hót của chiếc lồng không

2010

PHÁT HIỆN SỰ THẬT

Lời nói của bạn
để lại dấu chân vô hình của nó. trên mặt đất. trên cát
và. trong tâm hồn đang phản ứng của đám đông

Ánh mắt của bạn
để lại dấu chân vô hình của nó. trên lá. trên hoa
và. trên gương mặt bộc lộ thái độ của tha nhân

Tuyệt nhiên
không tìm thấy đấu vết thính giác của bạn
bất cứ nơi đâu
ngay cả trên bầu trời đỉnh ngọ

Đó là sự mầu nhiệm. nội tại. vĩnh hằng
không kẻ cho. người nhận
bình đẳng
giữa Bạn và Thượng Đế

2024

Ở CUỐI HÀNH LANG

Ở cuối hành lang tâm hồn
          một khung cửa hẹp
                    một lọ hoa

Qua khung cửa hẹp
lời nói có thể trốn thoát sự truy lùng

Lọ hoa
          không bao giờ
                    đứng ra làm chứng

Nó. tận hiến Cái Đẹp giữa ánh sáng

2024

BỆNH PARKINSON

Ta chưa nhiều tuổi lắm
đã mắc bệnh run tay
nếu ta quơ đũa gắp nhầm
ánh trăng năm tháng cũ
còn dễ thương
buồn thay
ta quơ đũa gắp nhầm cuộc đời ta
dai nhách
càng nhai. chẳng thấy béo ngọt gì
chỉ tươm ra ánh hoàng hôn và mây trắng

Ở CUỐI CON ĐƯỜNG HOÀNG HÔN. XA THẲM

Tặng Nguyễn Minh Nữu; Nguyễn Sông Ba. Ghé thăm. Nhớ nhau nhe

Ở cuối con đường hoàng hôn. những
hình ảnh mơ hồ. không nhìn rõ
Rất có thể. hình ảnh nắng chiều pha loãng những
kỷ niệm mờ phai. cỏ bịn rịn
Rất có thể. hình ảnh đám bụi mù bay dưới
đôi cánh. gió mùa xưa
Cũng có thể. hình ảnh ký ức bạc màu. đang
băng qua đường. xa thẳm. chiều sương

Ở cuối con đường hoàng hôn. những
âm thanh. không nghe rõ
Rất có thể. âm thanh tiếng chim. rơi. rơi trên
mặt hồ cô độc. xanh
Rất có thể. âm thanh tiếng chuông ngân trên
suối tóc. trăng xưa
Cũng có thể. âm thanh tiếng chân dỗi hờn. chiều
Chuẩn bị ra đi

Những hình ảnh mơ hồ. những âm thanh không nghe rõ. ở
cuối con đường hoàng hôn. xa hơn vầng trán. dài hơn nỗi
nhớ. đang
run rẩy ngực chiều

Chiều xuống chậm. có
một người. đi xuyên qua
màn đêm. hối hả
mở cánh cửa ngày mới
tung rải rạng đông

Đêm Chủ nhật, 07/ 4/2024

CHIỀU. TRÊN ĐỒI GIÓ HÚ

Chiều tắt nắng. con ong môi đỏ
đốt vào trán. bay đi. vết thương
hở. rỉ máu ánh trời
ngực tôi sẵn sàng mở cửa cho hoàng hôn yến tiệc
bắt đầu sáng những bờ môi
hứa hẹn. đêm đen nhẫy

Vết nứt trên tảng đá kiêu hãnh
là sự bí nhiệm của
hơi thở. nắng. gió. sương mù

Cuộc đời chưa tăm tối
hãy hát ca
lũ côn trùng yêu dấu

Cỏ. cỏ níu áo tôi
nói lời chia tay. trên
đồi mùa đông ẩm ướt
trăng xưa chưa về

Những bông hoa dại trên đồi gió hú
xin lại nỗi buồn xưa
của ngày tháng chảy thầm thì
chảy. vào tôi. vào đất. vào cát

Đêm đầy sao
chưa có tin tức ánh sáng từ dải ngân hà. hãy
chờ đợi bầu vú căn sữa của
những đóa hoa và của viên sỏi ngực trần sẽ
gởi dưỡng chất lấp đầy tâm hồn
thiếu hụt ánh sáng

12/2023

CHIỀU,
TẢN MẠN CÙNG PHỐ NÚI

Tặng bạn Hoàng Văn Lãm, một thời sương khói

Những con kiến vàng
khuân tiếng động hoàng hôn
xây tổ trong ký ức ta
nơi bảo lưu tập tục
nơi đẻ trứng mùa thu ấp ủ rừng thông bay phấn hương

Dường như ta đã kể chuyện nầy với em
lúc sợi tóc em thuộc về bóng tối

Ta thiết tha sạn sỏi một thời lãng quên
nỗi nhớ cánh đồng xưa. chưa có dịp trở về
chắc bây giờ. nơi quê xa. nắng chiều đã qua sông
những dấu chân ly hương đã khô bờ mưa nắng
lối cỏ úa vàng chắc chưa quên bóng người

Dường như ta đã kể chuyện nầy với em
lúc ánh mắt em hoàng hôn buông xuống

Ta se lạnh cao nguyên
hoa dã quỳ vàng ven đường đã nở rộ mùa lên
rừng thông bay phấn hương
gió thông reo
đèo Prenn quanh co bịn rịn xanh
người đến rồi đi. đi vào chiều xế bóng

Đời - một dòng ly biệt
Dường như ta đã thầm thì chuyện nầy với em
lúc tán cây bắt đầu khép cửa

Nầy em phố núi. ta đôi lần tâm sự
bây giờ chiều nhập nhòa ánh mắt
những cây thông già đứng đợi tiếng vọng bình nguyên

Ta không nỡ làm bận rộn những đóa hoa dã quì
hàn huyên về cát bụi đời người
và. xin lại địa chỉ của những hình bóng mù sương
dường như ta chưa thổ lộ chuyện nầy với em

Ồ, vừng trăng xanh đã vượt qua thung lũng mây
muộn rồi
về thôi. phố núi ơi

Đà Lạt, 2013

CHIỀU MÙA ĐÔNG PHỐ BIỂN

Nhịp phố u u mưa bụi
lóng lặng tiếng động ngày tàn
vỉa hè nín thinh
nhà phố chông chênh cao thấp
đóng cửa ngực chiều
em mùa đông son phấn gió mơn
áo ngắn phơi lưng
lưng hở trắng cuồng mê ngã tư đời phố biển
kiêu hãnh đùi non thắp sáng
phố lên đèn
chiều mùa đông mỏi mệt

Bà Rịa - Vũng Tàu, 11/2011

CHIỀU CHỚM THU,
NẰM DUỖI CHÂN TRÊN ĐỒI GIÓ NẮNG

Nằm duỗi chân trên ngực đồi
Nắng chiều sấp mặt những chùm lá non. ngày đầu thu gió xanh
Tâm tư bốc hơi màu cỏ hoang
Dõi theo đường mây trắng bay
Mây đang bay vào ngực tôi chưa hề khép cửa
Và, con đường thu xưa
Mây mùa thu ra đi chưa hề định nghĩa
Dẫm lên cảm giác mùa
Ôi, dáng thu thướt tha

Nằm duỗi chân trên ngực nắng
Nỗi nhớ màu hồng
Màu hồng có cửa sổ riêng
Và, con đường nắng thu đi đo bằng độ cong lá cỏ
Và, ước mơ nào lãng mạn suối reo
Hồn thiên thanh vọng tiếng chim kêu
Nắng chiều ngân
Nắng chiều xanh
Xanh tâm tư thu xưa

Nằm duỗi chân dài trên ngực gió
Gió thu không vàng
Gió thu kiêu kỳ
Gió thu xưa đi về mười ngón hồng hoang

Nằm duỗi chân trên ngực đồi

Nằm duỗi chân trên ngực nắng

Nằm duỗi chân dài trên ngực gió

Hô hấp thiên nhiên xanh
Thiên nhiên xanh
Đợi tôi với
Tôi hòa tan. pha loãng trong sắc màu thiên thanh

08/2018

ÁNH MẮT
NHÀ THƠ NGUYỄN THANH CHÂU
VẪN CÒN LONG LANH TRÊN TẢNG ĐÁ. CHỖ TÔI THƯỜNG NGỒI

Tôi dấu tôi dưới tán rừng
Nguyễn Thanh Châu đã ghé thăm
Ánh mắt Châu Nguyễn còn long lanh trên tảng đá
Chỗ tôi thường ngồi

Sau chuyến về thăm cố hương
Anh đã ra đi vào mây trắng. bát ngát trời xanh
Trên chuyến bay
Từ Sài Gòn về lại bang Arizona. Hoa Kỳ

Ánh mắt của Châu vẫn còn đó. trên đá. trong tâm hồn tôi
thinh lặng, rỗng không

Mùa thu năm trước
Châu Nguyễn thúc tôi gởi bài đến
Trang VHNT Phạm Cao Hoàng. và
Phovanblog.blogpost.com của thi huynh Nguyễn Xuân Thiệp
Tôi đã có mặt trên hai sân chơi thênh thang ấy
Làm sao quên
Đâu dễ gì quên

Gió cao nguyên thổi dài tâm tưởng
Tôi thấy Châu Nguyễn đang bay cùng mây trắng

Lâm Đồng, 09/3/2024

ÁM ẢNH, ĐÊM ANGKOR

Chập chờn đêm nhân gian
chập chùng đền tháp trôi
những ngón tay em. hai chân em điêu luyện trườn qua âm thanh
co duỗi đêm thiêng
ngực em đung đưa bốc lửa nhạc trời
lung linh thần thoại

em
đêm Angkor
ta sáng trăng
Apsara

trên vừng trán em hồn nhiên
Apsara. Apsara. vương miện em long lanh trăng sao. trái núi. bầu trời
thời gian thiên giới chạm vào trán đá
đêm Angkor chớp mi

em
đêm Angkor
ta ngất ngư dáng ngực trần lung linh ma lực
ngùn ngụt lửa thiêng
Apsara

sợi tóc em đen hơn đêm Mékong
dòng lịch sử tuôn chảy
mang theo lòng từ tâm và hơi thở thiên thu
sông nước mênh mang tâm tư. kêu năm xưa
be be

em
đêm Angkor
ta lao đao từng ngón tay em vút cong trăng sao

Apsara

ánh mắt em
lảng vảng những tình nhân mang dáng đá trầm tư
ngàn xưa trôi
đêm nay trăng sao trôi không ngừng
mai sau trôi
Angkor trôi trên đỉnh đêm

em
đêm Angkor
ta điêu linh đôi chân trần bốc cháy
cảm hứng nhịp thần linh
Apsara

áp tai vào ngực em. ta nghe
bước chân thiên giới vang ngân thăm thẳm thời gian
nghe nhịp đập sử thi rất trắng
ồ. nghe ngàn thu gọi lên cây thốt nốt xanh
nghe muôn xưa gọi lên đỉnh đêm
đền đài nín lặng

em
đêm Angkor
ta liều lĩnh ngún lửa quanh trái tim lân tinh
em huyền hoặc

Apsara

giá như cửa ngực em không vội vã bình minh
có lẽ. ta sớm nhận ra lộ trình tàn phai của
kiếp người ẩn giấu trong gân đá ngàn thu Angkor
dưới lớp sắc mầu rong rêu thiên niên kỷ

kìa. bóng thần linh hình hài cát bụi. thầm lặng đi về
mang dáng đứng trầm tư Angkor

Apsara. Apsara
đêm Angkor ta say
say em hô hấp rạng đông ngàn thu
Apsara. Apsara
đêm Angkor ta say
say em kiêu sa mênh mang về đâu
về đâu Apsara

Siem Reap, 10/02/ 2009

CAO NGUYÊN TÔI, RẠNG ĐÔNG KHÔNG TỲ VẾT

Nơi cao nguyên tôi
tượng hình câu thơ đang rạng đông
    ký ức không màu
        câu thơ
            như ánh mắt
                đẹp dỗi hờn
lúc tâm hồn lội giữa bình minh
    từng bước chân cao nguyên
        hoa và cỏ
            đang lắng nghe nắng ban mai trong lá non
đang lắng nghe gió mang tiếng hát em năm xưa trở về
        mùa xanh chờ đón
            nắng ban mai đang vào mùa sinh nở
                nơi cao nguyên tôi
con đường rừng dẫn tới ánh mắt câu thơ rạng đông vàng óng
        và dòng suối nhỏ róc rách tiếng chim thơm
và những viên sỏi no mọng trí nhớ sậm sắc màu nguyên thủy
        và núi đá lầm lì đón nhận tin tức từ bầu trời
            thật tuyệt
nơi cao nguyên tôi tâm hồn lên xanh
        rạng đông không tì vết

B'lao, 2017

CHIẾC TÁCH TRÀ ÚP MẶT VÀO BÓNG ĐÊM THẾ KỶ

Chiếc tách trà tráng men màu bình minh
Vớt lên từ ánh mắt ngày
Đẹp nín thở

Chiếc tách trà cô đơn
Tôi rót vào chiếc tách trà chảy tràn bóng hoàng hôn Âu - Á
Tôi rót dòng sông khóc thảm thiết núp trong vườn cây
Tôi rót Biển Đen gió tanh xác chết
Tôi rót những xác tàu tội ác đang phân hủy
Tôi rót mảnh bom mìn vô nghĩa cho các lãnh tụ đói khát
Tôi rót bóng người đỏ rực tháo chạy xuyên thủng đêm hoảng loạn
Tôi rót sự sợ hãi tưới vào họng súng cháy khét
Tôi rót tôi rót tôi rót đến khi không còn sức rót

Máu ! Máu ! Máu chảy không kịp khô
Máu không tanh
Máu rất thơm hương sự sống

Tôi nhìn chiếc tách trà chiếc tách trà nhìn tôi
Tôi thấy tôi đang khóc trong đáy tách trà
Chiếc tách trà thấy tôi đang ôm lấy bếp lửa quê hương mình

Chiếc tách trà buồn thiu
Dường như chiếc tách trà thầm gọi tên những xứ sở nước mắt

UKraina
Israel
Palestine
Mặt trời phản động
Mặt trời từ chối làm phép cho những đầu đạn
Mặt đất rùng mình khiếp sợ
Thần linh bị loài người tước hết quyền năng
Chiếc tách trà úp mặt vào bóng đêm thế kỷ

2023

CHÁNH KIẾN

Ánh sáng bắt tôi phải phục tùng - Có thể
Bóng tối bắt tôi phải phục tùng - Có thể
Mưa bão bắt tôi phải phục tùng - Có thể
Sấm sét bắt tôi phải phục tùng - Có thể
Núi lửa bắt tôi phải phục tùng - Có thể
Tôn giáo bắt tôi phải qui phục - Không. Không thể
Thế lực xuẩn động bắt tôi phải qui phục
          Không
                    Không
                              Không
Tôi không qui phục bởi áp lực

Tôi phục tùng những điều tôi ý thức đầy đủ
Tôi phục tùng những điều tôi
sáng suốt chọn lựa Sự Thật
Tôi là tín đồ Sự-Thật-Của-Hiện-Tượng -Tối-Hậu

Mới sinh ra. Vâng. Tôi
Tôi đã đặt bàn tay lên chân cha tôi - tôi chọn tự do
Tôi đã đặt bàn tay lên trán cha tôi - tôi chọn chánh kiến
Tôi đã đặt bàn tay lên tay mẹ tôi - tôi chọn sự chọn lựa sáng suốt
Tôi đã đặt bàn tay lên ngực mẹ tôi - tôi chọn yêu thương
Tôi đã đặt những ngón tay lên
ngọn cỏ quê hương - tôi chọn chính nghĩa nhân văn
Tôi đã đặt những ngón tay lên
đất - tôi chọn chịu đựng tha thứ và bênh vực

Tôi không phản động
Vâng. không phản động. tôi không phản động
Tôi không chạy hùa theo số đông
Tôi xét lại ngàn xưa
Tôi chỉ đứng trong hàng ngũ những người chánh kiến. dù phải chết

2023

CẢNH BÁO
GIỮA MÙA ĐÔNG

đừng gõ vào tôi
đừng gõ mạnh như thế
đừng gõ
tôi mùa đông màu huyết dụ dễ rò rỉ gió mưa
sẽ mất nhiều năng lượng ánh trời
kiệt sức trắng

Bà Rịa - Vũng Tàu, 11/2011

CẢM HỨNG TỪ TƯỢNG NỮ THẦN DEVI

Trong viện bảo tàng
Nữ thần Devi. Nữ thần Devi.
Dọc theo hành lang ngực em
nắng chiều đuối sức. nắng vương vấn
nhịp tim em rất mỏng
cuối ngày. ngực em. ngực
em sung mãn tiết mùa
sinh nở. tóc em bới cao đền tháp ánh sáng. dưới
vừng trăng xanh chờ đợi. mắt em
xa xăm thiên thu nhật nguyệt
đi về. bờ môi em dẫn truyền
cảm giác lên đỉnh đêm. vầng trán em
mây mùa hạ thường đến
phơi trắng tâm tư
Em
        hiện thân
                        vô nhiễm
Nữ thần Devi. Nữ thần Devi. Nữ thần Devi
Dường như có ai gọi tên em trong
ký ức tôi tối sầm. ký ức ư. vâng
ký ức tôi cửa đóng.

Ký ức tôi ư. nơi
tàng trữ ánh mắt em là
tài nguyên thuộc lớp ánh sáng
nguyên thủy khai nguồn
sáng tạo

Ký ức tôi ư. nơi
thở than của
những cây cầu bắt qua nỗi nhớ tiếc những
nền văn minh lụn tàn

Ký ức tôi ư. nơi
bảo lưu hình bóng những
đền tháp hoang phế rêu phong đang
nhẫn nại nhìn dòng đời ngược xuôi
đánh rơi những
hạt lệ thầm

Ký ức tôi ư. nơi
phát xuất con đường
dẫn đến
bài thuyết giáo thấm đẫm bản chất
bất toại nguyện của
thần linh

Ký ức tôi ư. là nơi ánh mắt em trầm tích
sử thi. là nơi cánh đồng tôi vắng bặt
tiếng chim mùa xưa. là nơi tưởng nhớ những phiến mây
một thời xa cũ

Nữ thần Devi. Nữ thần Devi. Nữ thần Devi
Tôi. em. và nhân thế
chỉ là hiện tượng
mọi hiện tượng luôn
                    hoại diệt im lìm
                              Im lìm như em
                                        như tôi
Nữ thần Devi. Nữ thần Devi. Nữ thần Devi

Em sinh ra từ đá. Em
biết chỗ trở về. Còn tôi ư. Tôi đang
định hướng giữa trời xanh

Chiều Sài-gòn, tháng 6/2012

BUỔI SÁNG ĐI QUA RỪNG Ở SAMOENG

Gió sớm rất trắng
thuần khiết thổi men theo thính giác
dựng đứng những tiếng chim
màu xanh lá cây
Ánh mắt tỏa hương hoang vu nụ hoa dại bên đường
tâm hồn nắng mai tràn ứa
những hạt sương óng ánh tâm tư
Chỉ có con đường mòn ấy nhận biết
hai bàn chân thương nhớ
những bước chân
Những ngón tay chẳng bận tâm lưu giữ
những cảm giác xúc thời gian
hai bàn tay duỗi ra
những tia nắng
Mở hết cửa sổ
ồ, thân thể thỏa thích tẩm ướp
vị ngọt ánh sáng xanh tươi
chiếu qua tán lá

Và, hơi thở luôn đổi thay tươi mới
hô hấp
hương rừng khô hanh
đã cuối mùa hoa

Không thể
vâng, tôi không thể nói với bạn
trên con đường mòn núi rừng Samoeng
ngày tôi trở lại
tôi đang đi giữa núi rừng. hay
núi rừng đang đi trong tôi

Chiangmai, tháng 11/2012

MẶT TRỜI CÓ MẶT TRONG BƯỚC TÔI

Trên con đường ấy
tôi đi
cảm nhận cái chết và sự sống
thúc đẩy nhau
thay thế nhau
loại trừ nhau
sinh và diệt từng phút giây ngắn ngủi
cuối cùng tôi nhìn thấy
mặt trời
trong bước chân mình.

Chiangmai, 2012

BÀI THƠ VIẾT GIỮA KHOẢNG TRỜI THÁNG TƯ

I.

tháng tư phơi ngực trần
em bước ra khỏi màu lá cây
ta gọi em xanh thảng thốt
vội cấp báo cho hoa cát tường. hoa đỗ quyên. các loài chim rừng
khẩn cấp đưa em ra khỏi vùng lốc xoáy nơi
tâm hồn ta đang
bốc cháy đỉnh ngọ

nầy em
nầy chim sẻ nâu
hãy đến trú ngụ
nơi căn nhà ta bỏ hoang từ muôn xưa
vùng ngoại ô hoàng hôn
cách vài giờ xe ngựa
ta nhờ em và chim sẻ nâu giúp
nhặt nhạnh những hạt lời thầm thì của ta rơi vãi nghìn thu
đem gieo trên đường cong - đường cong không xanh đỏ tím vàng
đường cong. cong bóng
thời gian

ôm mùa trôi thế kỷ
ta đang lắng nghe âm thanh tiếng chân rạng đông và
tiếng ngân của chiếc chuông nhỏ đã đi vào tận cùng xa vắng
không còn nhận tin tức từ các chòm sao
không hy vọng âm thanh quay trở lại chạm vào
xúc giác tháng tư

II.
khám phá thẳm sâu
khuất sau lịch sử của chiếc lá vàng
rơi nghiêng khoảng trời tháng tư
ta vừa thấy
em và tảng đá
hô hấp biển chiều

phơi tấm lưng trần. không mở cửa sổ
những tấm lưng trần không mở cửa
khó có thể phát sinh cảm giác tháng tư
ta đang cần nhiều cảm giác để
dựng lại tâm trạng của
những người bạn vắng mặt

III.
hồ đồ
căn cứ chiếc ghế gãy dựa vào xó góc
căn cứ một ít mẩu bánh vụn
căn cứ chiếc đĩa đựng ít xương xẩu những con chữ sau bữa điểm tâm
căn cứ buổi chiều thứ bảy ốm đói sủa gâu gâu trước ngõ. dẫn vào
đêm thế kỷ
họ đồn thổi quá khứ. tương lai ta

nầy em. nầy đá. nầy biển. nầy nắng. nầy gió
nầy hoa cát tường. nầy hoa đỗ quyên
nầy chim sẻ nâu
đừng
đừng biện hộ
hãy để ta sần sùi theo cách riêng. và. cứ để ta
nứt nẻ hiện thực
khoảnh khắc hiện tại
giữa khoảng trời tháng tư
đỉnh ngọ
chói chang

NĐN

BÀI CA BI TRÁNG

Tôi - đại từ chế định. dùng phân biệt với
tha nhân - cứ tạm gọi như thế. nhé

tôi muốn thoát khỏi tôi
tôi cố trút bỏ tôi
tôi phũ định tôi
vào một buổi chiều nầy. hoặc
buổi sáng khác
tôi không muốn lệ thuộc bản ngã
tôi sẽ. sẽ
trần truồng giữa
Chân Nguyên. chưa tượng Ngôn và Lời

Tôi - tạm dùng đại từ ngôi thứ nhất. vậy nhé
Tôi hành xử tôi
khô kiệt kinh nghiệm
vất bỏ kiến thức
từ bỏ lệ thuộc
vất bỏ mọi vay mượn thế giới hiện tượng - tôi
trước đây. cứ mãi
sai lầm. ngu ngốc. chưa bao giờ tự nhận mình
là con nợ của thế giới

Tôi trực nhận. có điều gì sai sai. nơi tôi
Thì ra. tôi càng vùng vẫy. khốn nạn. càng bị cột buộc. bởi
chính sự vùng vẫy
Thế giới hiện tượng. chưa. chưa bao giờ
cột buộc tôi/chúng ta. chưa
bao giờ đòi món nợ hiện hữu

Mặt trời. hơn một lần. đã thố lộ: đừng vất bỏ
đừng nắm giữ. mi. là Chân Nguyên. Ngôn và Lời không
có mặt ở đây

*

Tôi ngộ ra
thời gian không dây nhợ. và
không gian. có một lối mòn được lát bởi
bóng tối và ánh sáng. có thể cất bước. vào
vắng lặng Chân Nguyên
Mặt đất và bầu trời. vô chủ. không giam hãm ai

*

Thật ngu ngốc. loay hoay tìm. bằng ý thức thì
không thể thấy Chiếc-Chìa-Khóa-Thật. mở cánh cửa
vắng lặng. chỉ bắt gặp
các bản sao chiếc chìa khóa. vô dụng. bịa đặt. lem luốc. trong
cổ thư.
chiếc chìa khóa
không. ở ngoài. không. ở trong
thân xác
chiếc chìa khóa. chính là sự vắng lặng thăm thẳm của
Thượng-Đế-Vô-Ngã.
Trong thẳm sâu. mỗi cá thể đã
sẵn có Chiếc-Chìa-Khóa-Thật. từ lâu. bị
che án bởi tự lùa dối. và
bị lừa đối.

Sự Vắng-Lặng-Diệu-Hữu không phải hư vô
Hư vô là ngôn từ của tư tưởng khô hạn. bế tắc

Con Rắn và Eva. nắm giữ nhiều bí mật!
Và. Thượng-Đế-Vô-Ngã. dung tích của bí mật
Hãy đến sẽ thấy

*

Tôi. tôi loay hoay thanh tẩy sự dính mắc
Con chó không nhận ra tôi. như
mọi ngày. nó sủa
sủa văng những mảnh kim loại
Tôi cảm thông. không biết đến bao giờ. chính nó
nhận ra thân phận tự trói buộc
trong cái túi xù lông

2024

CƠN MƯA. VỪA TẠNH ÁNH MẮT

Cơn mưa. vừa tạnh ánh mắt
Bầy chim rừng. lơ đễnh
đánh rơi tiếng hót trong veo. rơi. vào
tâm hồn con suối nhỏ

Róc rách là ngôn ngữ của nước
Len lỏi chảy vào tim tôi. xanh

Tiếng suối róc rách và
tiếng hót chim rừng. đang
viết bài tình ca trên
đường cong bầu trời tôi. thoảng hương
năm tháng cũ

APSARA

Chỉ còn vài khoảng nắng
ta sẽ tới gần em. Apsara
thần linh xóa hết con đường
ra lệnh. ta
phải quay về thánh địa

Em. Apsara. hãy nhẫn nại chờ
ta hừng đông
Angkor. nơi
nghìn thu chờ đợi

2010

TRONG LỒNG NGỰC
ĐÃ CÓ SẴN ÁNH TRĂNG TIỀM ẨN

1.

hãy tra cánh cửa vào bản lề khung ngực tôi
cửa ngực tôi cần khép kín
những góc tối tâm tưởng đang
giữ bí mật nụ cười thiếu nắng
ngay cả trái tim gõ nhịp sinh tồn không cần đến
ngọn nến các cảm xúc vẫn
được xếp ngăn nắp
lồng ngực mỗi người được sinh ra đã
có sẵn ánh trăng tiềm ẩn

2.

Ừ, thì bên ngoài lồng ngực tôi
ngọn nến đã được thắp sáng từ đầu hôm. đang
tạo điều kiện khám phá những
ánh mắt trầm tích trong không gian thầm kín không màu
nụ cười đôi khi được minh họa với tông màu tâm tư
nỗi đau buồn thì không
có gì sai sai ở đây
tại sao nỗi đau buồn không được minh hoạ
nỗi đau buồn bộc lộ tâm trạng. và. vẻ đẹp rất người
nỗi đau buồn như khăn ướt
như hoàng hôn sương mù
như ngọn đèn đường ngoại ô nhạt mờ trong đêm mưa rả rích
nỗi đau buồn cần được minh họa
cần được đóng khung treo tại nơi trang trọng nhất. để
nhận thức thế gian nầy nhặt được hạnh phúc thật
hiếm hoi

3.
Nỗi đau buồn là nguồn cảm hứng của tôn giáo
của các phạm trù tư tưởng. triết học
thi ca. hội họa... rất hồn
cửa ngực tôi cần kép kín
cần tàn trữ năng lượng để
phát huy ánh trăng tiềm ẩn cho kiếp sống hữu hạn
ánh sáng bên trong tôi là chủ thể của hành vi
ánh sáng bên trong định hướng cho đôi chân đi về phía bầu trời
tôi cần tra cánh cửa vào bản lề khung ngực tôi
cửa ngực tôi cần kép kín

7/2024

ÁNH MẮT EM

Nhìn vào mắt em
mắt em giam cầm bầu trời tôi. ngày đó
tâm hồn tôi hóa cánh đồng mù
tôi chỉ còn nghe hơi thở
gió mùa thu

ÁNH MẮT 1

Ánh mắt tôi bình minh rực rỡ nhìn
cánh đồng xanh quê hương. say đắm. chưa hề chán
Đàn chim sáo vừa bay vừa hót trên bầu trời tâm hồn tôi xanh
Tiếng hót khiến ánh mắt tôi dán vào cánh đồng
Tiếng hót khiến tâm tư tôi chảy tràn trề mương nước ngọt
Nắng trên cánh đồng đang reo niềm vui của dân làng. của mẹ
Này. tôi không thể nói nhiều hơn với em
Về tình yêu quê hương mình

ÁNH MẮT 2

Cửa sổ mở ngày mới ánh sáng đầy gai long lanh
Ánh mắt tôi vừa chạm tới cánh rừng đẹp rất đẹp bị ai đó
chặt phá với chiếc rìu tư tưởng
Nơi có nhiều búp lá non vừa nhú những trang sách

Cánh rừng đẹp rất đẹp
Nơi những chiếc lá vàng mùa trước đang hát ca khúc tận hiến
đất nâu

Cánh rừng đẹp rất đẹp
Nơi có ánh mắt người khác hào phóng tặng cho cơn gió khao
khát tầm nhìn

Cánh rừng đẹp rất đẹp
Nơi có nhiều ánh mắt va chạm dễ bị tổn thương

Cánh rừng đẹp rất đẹp
Nơi mà người góa phụ
được ngợi ca đức hạnh bởi những đóa hoa hoang dại

Ánh mắt tôi ở lại khu rừng. nó
thông báo không trở về. nó
sẽ nẩy mầm và sẽ thành cây đại thụ

Dĩ nhiên
Tôi sẽ chế tác ánh mắt khác. trong bóng tối. dễ phát nổ

ÁNH MẮT 3

Căn phòng nhỏ ẩm mốc
chỉ đủ không gian cho hai người
Ánh mắt tôi sáng cùng cây đèn cầy hắn thắp
Hắn ta cần ánh sáng của cây đèn cầy để
bứng rễ những mẫu tự trong
lá thư bạn gái nặng lời chê trách - hắn cố tình hủy hoại các
mệnh đề
Rồi hắn ta ngủ quên
Cây đèn cầy tức giận
khiến giấc mơ hắn phát hỏa bốc mùi cá cháy

Ánh mắt tôi vội
xô tôi xuống vực thẳm phi thời gian
trước khi căn phòng nhỏ và thế giới thành tro tàn
Khuya không đáy
tôi rơi
rơi theo vòng xoắn ốc - cảm giác rơi thật sự tự do

2023

NỰNG CON TRAI ĐẦU LÒNG

Tặng Tường-Nguyên

Mười năm mới thấy chú mầy
Cười cho thật dẻo, nhẹ tay ba bồng
Con tôi, nhìn dễ thương không
Vui lây, trời rải nắng hồng bên nôi

Sông Buông, Đồng Nai 1983
NĐN, 2024

NHỮNG BÀI THƠ. NGÃ RẼ CUỘC ĐỜI LỤC TÌM TRONG KÝ ỨC
SAU 30 THÁNG 4/1975

Sau ba mươi tháng tư
Xuân Lộc về Sài Gòn
Cán bộ không cho ở
Bảo: "đã bỏ Sài Gòn"
"Đến Xuân Lộc hai năm
Ông làm gì ai biết..."
Ta chẳng cần năn nỉ
Dù hợp lệ giấy tờ

Buộc đi kinh tế mới
Tâm hồn ta phơi phới
Bởi con suối đang chờ
Bởi rừng già đang đợi
Ta tin vào sức trai
Đâu có gì nghĩ ngợi

Nghe cán bộ phán vậy
Lòng ta thật vui mừng
Được đoàn tụ với suối
Được sum họp với rừng
Được sống cùng chim, sóc
Được vui cùng bóng mây
Long lanh cùng sương, móc
Hồn xanh cùng cỏ cây
Lòng ta thật sảng khoái

Chấp nhận kinh tế mới
Giấy tờ đã lập xong
Mỉm cười, ký cái rụp
Giữa một sáng mai hồng

15/5/1975

-Bài thơ rất dài, được viết vội dưới hiên chùa Hưng Long, đường Minh Mạng, nay là đường Ngô
Gia Tự, quận 10, Saigon. Nay chắp nối được vài đoạn.

NGÀY GIỖ CHA

Hai mươi bốn tháng bảy
Là ngày con giỗ cha
Trên bàn không rượu thịt
Chỉ bánh trái hương hoa
Xin cha về thọ dụng
Con chân thành, thiết tha

Nhớ năm xưa cha gọi
Con đến gần, lệ rơi
Cha phều phào căn dặn
Kinh nghiệm sống ở đời:
"Đừng hơn thua con nhé!
Biết chia sẻ, tốt rồi.
Phải siêng năng lao động
Trí óc và chân tay.
Chi tiêu phải đúng việc
Tôn trọng vợ, chính mình
Không nên tính gia trưởng
Phải sáng lòng, bình minh.
Nên nghe nhiều hơn nói
Trái ý, biết làm thinh
Không đổi thay sắc mặt
Mong con thật minh triết
Ứng xử với mọi người..."

Nói rồi cha nhắm mắt
Trên môi vẫn mỉm cười.
Cũng nhờ ơn giải phóng

Cha ơi! Con đây cha
Năm con hai bảy tuổi
Con mới biết đàn bà
Đàn bà thật khó hiểu
Như nắng mưa thất thường
Đôi khi thật dễ ghét
Đôi khi cũng dễ thương.
Con giữ niệm điềm tĩnh
Luôn chọn lời thơm hương
Dẫu trăng mờ, trăng tỏ
Vẫn sáng lòng yêu thương

Cha ơi! Con đây cha
Con không còn dạy học
Cuốc đất rừng trồng khoai
Vợ con ngày tần tảo
Bươn chải sống qua ngày.
Đừng lo con, cha nhé!
Con sống đời thảo ngay
Lòng con đầy gió lộng
Tâm con nhẹ như mây
Thở bóng rừng cô tịch
Nương khoái chiều con bay

Cha ơi! lời cha dạy
Con tụng dưới bóng mây
Con tụng khuya trăng sáng
Con tụng chiều sương bay
Lời con thấm vào đất
Lời con thấm cỏ hoa
Lời con quyện theo gió
Gió mang về phương xa.

Sông Buông, Đồng Nai 1976

TRỈA BẮP

Thì mình đâu phải nhà nông
Nhưng anh cuốc lỗ, kìa trông thẳng hàng
Tỉa xong hãy lấp kĩ càng
Nhớ đừng lấp cả nắng vàng nghe em

Sông Buông, Đồng Nai, 1976

THẤT MÙA

Thôi rồi mấy tháng đợi mong
Bây giờ lúa thất hết hòng em ơi!
Giơ lên đập xuống rã rời
Tay ôm bó rạ nhìn trời thiết tha
Bao lần mây trắng bay qua
Anh chìm đâu giữa bao la muôn trùng

Sông Buông, Đồng Nai 1976

ĐÊM NHỚ BẠN

Nhớ Hồng Sơn, Lãm, Nguyện, Diệu Thiện và Hải

Đêm nhớ bạn tròng trành không ngủ được
Đâu ven rừng, nghe cú rúc lưa thưa
Dậy nhìn lửa trước chòi le lói cháy
Như mảnh đời bằng hữu những năm xưa

- Sông Buông, Đồng Nai 1977

PHƯƠNG THUẬT NGĂN CÁI ĐÓI

Muốn no nhớ độn khoai mì
Nhìn quanh chái bếp còn gì nữa đâu
Ngẫm ra sự sống nhiệm mầu
Muốn no hít thở thật sâu khí trời
Công phu sáng tối hai thời
Nuôi thần dưỡng khí tuyệt vời đó em

Sông Buông, Đồng Nai 1977

ỚT CAY
ĐÂU THẤM THÁP GÌ

Mắm rau cũng một bữa ăn
Gắp nhằm miếng ớt em nhăn mặt mày
Đói no đạm bạc qua ngày
Nghĩ ra cuộc sống còn cay hơn nhiều

Sông Buông, Đồng Nai 1978

XỚI ĐẤT TRỒNG RAU,
TƯỞNG ĐẾN NGÀY BẠN GHÉ THĂM

tặng bạn Võ Chân Cửu, Hoàng Văn Lãm, Hoằng- Nguyện, Hồng-Sơn

Đất rừng lên líp trồng rau
Có ngày bạn ghé cùng nhau tâm tình
Đãi cơm rau luộc linh đình
Cá khô, mắm ớt thật tình quá sang
Dẫn nhau tắm suối chiều tàn
Lên đồi cao ngắm trăng vàng non xa
Ở rừng, nhớ bạn thiết tha
Quẩn quanh ta với bao la muôn trùng

Sông Buông, Đồng Nai, 1978

CHIỀU TỐI VÀO CHÒI, CANH GIỮ ĐÁM BẮP

Sống nhờ vào đám bắp non
Không canh mất trộm thì còn chi ăn
Canh chừng - thời buổi khó khăn
Nhìn qua cỏ rậm ánh trăng thập thò

Sông Buông, Đồng Nai 1978

XUỐNG SÔNG XÚC TÉP

Xúc lên tép nhảy tưng tưng
Lâu lâu vài chú thôi đừng nhảy ra
Tụi mầy thông cảm cho ta
Ăn rau đã mấy tuần qua rã rời
Trưa nay canh tép tuyệt vời
Vui tay xúc bóng mặt trời dưới sông

Sông Buông, Đồng Nai 1978

ĐÓI, VẪN LẠC QUAN

Hết mưa đào hố trồng bầu
Làm thêm giàn mướp, cấy rau sau nhà
Mướp, bầu ngọn mập, thướt tha
Bên em, anh nở chùm hoa mướp vàng

Sông Buông, Đồng Nai 1978

NGÀY MƯA LŨ, ĐI CÂU CÁ SUỐI

Mưa rừng ra suối ngồi câu
Nhợ dài thả vụng nước sâu ngồi chờ
Ôm cần nghĩ ngợi vu vơ
Cá đâu giật mạnh bất ngờ làm sao
Chắc rằng không chạch thì rô
Giật lên chỉ thấy hư vô cuối cần

Sông Buông, Đồng Nai 1979

KHÔNG QUEN, UỐNG TÍ ĐÃ SAY

Không quen, uống tí đã say
Nhìn vào lu nước bóng ngày trôi nhanh
Vịn tay lu bể, thôi đành
Ngồi gom mảnh vỡ, trời xanh đâu rồi?

Sông Buông, Đồng Nai 1979

CẢM THƯƠNG CÔ BÉ HÀNG XÓM

Biết tôi người thích trồng hoa
Em đem dây lý qua nhà tặng nhau
Mấy tuần chẳng thấy em đâu
Trước nhà kín cổng, vườn sau vắng người
Nhìn trăng nhớ nụ môi cười
Trước hiên nắng rọi tưởng người mảnh mai
Nghe tin thiên địa thở dài
Rằng em đã gởi hình hài biển đông
Chuyển mùa giàn lý đơm bông
Mùi hương ở lại, người không thấy người

Sông Buông, Đồng Nai 1979

LÀM TIỀU PHU, ĐỐT THAN BÁN, MUA GẠO

Xuống lò để lấy than ra
Như lò bát quái * mắt nhòa mồ hôi
Áo cơm khổ luyện đã đời
Dòm lên chỉ thấy đất trời tối thui

Sông Buông, Đồng Nai 1979
(*) Lò bát quái, luyện linh đơn của Thái Thượng Lão Quân.

VUI CÙNG GIÓ TRĂNG

Dưới trăng, hồn lộng bóng rừng
Nhìn em ngon giấc, gió ngừng rung cây
Lòng thanh chay đạm qua ngày
Thấm hương trăng sáng, anh lay kiếp người
Đêm thanh gió mát tuyệt vời
Bàn chi sách vở giữa thời sắn khoai

Sông Buông, Đồng Nai 1980

CHÍN NĂM RỒI KHÔNG CON, VỢ XIN NUÔI CON CHÓ

Tặng Lộc-Uyển và Tuệ-Ấn

Chín năm rồi, không con
Vợ xin nuôi con chó
Cơm sắn không đầy soong
Có bữa quên cho nó
Nhìn mặt chó buồn buồn
Xo ro nằm một chỗ

Mỗi bữa đi làm về
Chạy ra mừng, xớ rớ
An ủi cho đời ta
Một cái đuôi con chó
Ngoe nguẩy như cảm thông
Chuyện áo cơm quá khó

Đâu cần phải nhiều lời
Chỉ cần ngoe nguảy đuôi
Hiểu ngay tình ý chó
Ngôn ngữ của cái đuôi
Đơn giản chỉ chừng đó
Không triết lý loằng ngoằng
Chẳng tuyên truyền nầy nọ
Chỉ cần nhìn cái đuôi
Nhận ra tâm trạng chó

Sông Buông, Đồng Nai, 1982

12 BÀI THƠ NGẮN
GỬI NHỮNG TÂM HỒN MÂY TRẮNG

Tặng Nguyễn Sông Ba & Hoàng Kim Chi

1.

Ông cụ H'mông đi vào cõi mù sương
bà cụ lọ mọ hái rau rừng
dưới chân đồi tà dương

2.

Lũ chăn bò. dựng ngôi chùa cỏ
nắn một ông Phật nhỏ
xúm tụng tờ kinh mây

3.

Chú tiểu công phu
nhịp nhàng chuông mõ
có khi nào chú gõ nhầm bóng thiên thu

4.

Đã cuối thu. cây chuyển mùa nhựa mới
bức tranh thêu trên tường
cây tùng già xác xơ. lá chưa hề thay đổi

5.
Giọt sương mai long lanh
tôi chưa nhìn kỹ. đã rơi
ôi. ngắn ngủi kiếp người!

6.
Đã chịu đựng quen rồi
người ơi! ai đau khổ
hãy nghiêng trút vào tôi

7.
An trú mùa gió mưa
tôi vịn khung cửa sổ
thương cảnh đời gió đẩy mây đưa

8.
Ghé thăm mộ bạn
hồn thu thảo trong tôi
vội ngả màu vàng úa

9.
Yên ắng buổi trưa hè
con chim nào vừa líu gió
khiến mềm lòng bờ tre

10.
Qua thung lũng, suối, khe
bắt gặp mùi hương lạ
như hương mùa thu xưa thoảng về

11.
Chim cuốc lẻ đôi
kêu rát ruột cánh đồng
ánh trăng khuya quặn thắt lòng thủy chung

12.
Dạo bãi biển mùa đông
cúi nhặt chiếc vỏ ốc. chứa cả hồn hư không
nhỏ không trong. lớn cũng không ngoài

8/2024

PHỤ BẢN 2
CHIỀU THU CAO NGUYÊN
TRANH NGUYỄN SÔNG BA

NHỮNG Ý KIẾN TẢN MẠN VỀ THƠ NGUYỄN ĐỨC NHÂN

NGUYỄN MINH NỮU

NGUYỄN ĐỨC NHÂN, MÂY TRÊN ĐỈNH TÀ NGÀO

Năm 1970, Nguyễn Đức Nhân được coi như một tài năng mới, lạ và trẻ trên văn đàn với những bài thơ sâu lắng về cõi người. Tôi gặp và quen anh qua bộ y phục nâu sậm của một tu sĩ. Thực lòng không nhớ ai là người giới thiệu khi Nhân đến chơi với Đoàn Văn Khánh và tôi ở nhà Khánh ở khu Bàn Cờ, quận 3 Saigon. Cuộc trò chuyện không dài, chúng tôi còn quá trẻ khi ở tuổi 17,18 yêu thích văn chương nhưng mới chỉ là những bước khởi đầu nên mới chỉ là văn nghệ. Hình như lúc đó Nhân đang học trung học Trường Sơn năm trên đường Lê Văn Duyệt gần ngã tư Lê Văn Duyệt và Hồng Thập Tự (Bây giờ là Xô Viết Nghệ Tĩnh và Nguyễn thị Minh Khai.) Trong những bạn cùng học lúc đó với Nhân còn có những người cầm bút sau này nữa như Trần Thanh Liêm Kiều Linh Giang đã mất, Trịnh Ngọc Minh (Trịnh Y Thư) đang chủ trương một nhà xuất bản ở California.

Nguyễn Đức Nhân khuôn mặt hiền lành, chân chất, nói năng chậm rãi và khiêm cung. Thơ của Nhân cũng là những bày giải đôn hậu về cuộc đời, về cuộc người và cả cuộc chiến đang rập rình đâu đó ngoài khung cửa lớp học.

Bài thơ đầu tiên mang tên tác giả Nguyễn Đức Nhân được đăng tải trên tạp chí Vấn Đề số 24 năm 1969 là do đích thân Nhà thơ Thanh Tâm Tuyền chuyển tới nhà văn Mai Thảo, đang là người chủ trương đã tạo nên một chú ý đáng kể với những người trẻ cầm bút thời bấy giờ.

Kỷ niệm không nhiều, nhưng quả thật tên Nguyễn Đức Nhân và phong cách của lần gặp đó đã ghi trong tôi cái thiện cảm và nhớ lâu dài.

Sau lần gặp đó, chúng tôi không có một liên lạc nào với nhau. Rời mái trường trung học, chúng tôi tản mác bốn phương trời, có đứa vào đại học, có đứa đi du học, có đứa vào chiến tranh rồi lưu lạc bốn phương trời. Tôi không còn ở Saigon, và mỗi đời sống có một sóng gió riêng, có gặp lại nhau đúng là phải một cơ duyên nào đó.

Gần 50 năm sau, bất ngờ đọc được một bài thơ của Nhân trên trang Văn Học Nghệ Thuật Phạm Cao Hoàng. Mới đầu tưởng chỉ một trùng tên, nhưng hơi thở của bài thơ nghe thân quen thật nhiều:

Bao lần mây trắng bay qua
Anh chìm đâu giữa bao la muôn trùng
(Thất Mùa, Sông Buông, Đồng Nai 1976)

Cái cảm giác gần gũi của câu thơ và ngay tên bài thơ *Thất Mùa* viết năm 1976 bỗng dưng gợi trong tôi cái gì đó đồng cảm và chia được cảm xúc của một mùa thanh niên thất bát khi chúng tôi lớn lên.

Khi hỏi Phạm Cao Hoàng, Nguyễn Đức Nhân là ai vậy? Hoàng cho biết một tác giả ở Bảo Lộc, do Nguyễn Thanh Châu giới thiệu.

Bất ngờ sao, từ trên Facebook tôi nhận được lời kết bạn của Nguyễn Đức Nhân với lời nhắn "Thấy tên rất quen, phải bạn bè cũ không?". Tôi vui mừng nhắn lại "Có phải trước 75 là một Sa Di không?" Và chúng tôi nhận ra nhau, với trí nhớ mù mờ của tuổi lão niên vẫn rạo rực cái ân tình ngày cũ. Bồi hồi nhắc chuyện ngày xưa và khao khát có dịp chuyện trò.

Đất rừng lên lip trồng rau
Có ngày bạn ghé cùng nhau tâm tình
Đãi cơm rau luộc linh đình
Cá khô, mắm ớt thật tình quá sang
Dẫn nhau tắm suối chiều tàn
Lên đồi cao ngắm trăng vàng non xa
Ở rừng, nhớ bạn thiết tha
Quẩn quanh ta với bao la muôn trùng
(Xới Đất Trồng Rau, Tưởng Đến Ngày Bạn Ghé Thăm).

Gọi điện thoại nói chuyện thì không được, mà tin nhắn với nhau cũng thật hiếm hoi và ngắn ngủi. Cho nên chỉ biết loáng thoáng là Nhân hiện sống trên một ngọn đồi ở đại ngàn Bảo Lộc. Sống một mình, sống như người tu hành giữa mênh mông núi đồi, bạt ngàn mây trôi tẻ lạnh mỗi ngày. Bất ngờ sao khi anh chị Nguyễn Sông Ba qua Mỹ chơi, Biết anh chị người Đà Lạt, và khá thân tình với Nguyễn Đức Nhân. Tôi nhờ bạn ở Saigon gửi qua bưu điện tặng Nhân tập thơ nhạc họa *Chút Tình Đọng Lại*. Tôi hẹn với Nguyễn Đức Nhân sẽ có dịp lên núi ở lại với Nhân mấy ngày cho biết hương vị đại ngàn.

Chiều nghe dế gáy bên hè
Rừng xanh gần gũi, bạn bè đã xa
Đêm khuya dậy ngắm trăng tà
Đồi hoang một cõi, ôi, ta nhớ người!
(Đêm Khuya Dậy Ngắm Trăng Tà)

Và chúng tôi đã gặp nhau. Cùng với Nguyễn Sông Ba và Trần Quang Ngân chúng tôi đi bằng xe gắn máy lên Tà Ngào. Dọc đường đi lãng đãng trong tôi những câu thơ hiu quạnh một cách đạt đạo của Nguyễn Đức Nhân.

Dựa cây ngồi đọc sách xưa
Đọc xuyên ngữ nghĩa gió mưa ngàn đời
Lan man đọc cả bóng trời
Lần theo bóng chữ gặp người cổ xưa
(Dựa gốc cây, đọc trang sách cổ)

Nguyễn Đức Nhân đón đợi trước cửa am, nụ cười hoan lạc và tràn ngập ân tình. Khi ôm Nhân trong vòng tay, đôi mắt Nhân ứa lệ, và tôi cũng bàng hoàng những cảm xúc chưa thể nói thành lời. Gặp lại nhau sau 50 năm kỳ lạ quá, còn lại dấu vết nào của ngày xưa không? Cái thời thanh niên hừng hực đó, thăng trầm và dâu bể cuộc đời bào mòn bao nhiêu rồi để còn lại nơi đây chút tình đọng lại. Am nhỏ xây trên sườn ngọn đồi, có hai phòng, một dành cho thờ Phật và sách vở, một dành cho ăn ngủ nấu nướng, phương tiện tối giản, sạch sẽ thanh tịnh. Bốn phía là vườn rau bắp, vài cây ăn trái, hiên nhà có dàn hoa Lan rừng và một cái bàn uống trà. Nhân gày gò trong vạt áo vàng nâu, nhưng nụ cười an lạc minh mẫn. Thấy lòng mình nhẹ nhàng khi cửa trước ngôi am là một khoảng trống nhìn xa tít tắp những lũng, những đồi màu xanh mát mắt.

Nhân nói Am này mới xây được vài năm, Nhân tâm sự: "Hiện tại, sống chung với bệnh, tôi an trú nơi "Am Đời Gió Bụi" tại thôn Tà Ngào, B'lao, Lâm Đồng. Am do vợ chồng người bạn ở California cất cho, tọa lạc trên sườn đồi, nhìn xuống thung lũng xanh, chung quanh núi non, mây trắng bao bọc."

Thơ của Nguyễn Đức Nhân là những lời bình dị, giao thoa của cuộc sống thường nhật với mênh mông đất trời và chập trùng khổ nạn đã qua, để lời thơ luôn cho người đọc cảm giác được an ủi trong bình an. Sau một đêm gió dập mưa vùi, sáng ra thăm vuốn thấy giàn Bí xụp đổ, xót xa nhìn cảnh tan hoang nhưng tâm thanh tịnh lại thương cành hoa bí "Nhìn ta buồn buồn".

Kéo đắp cơn mưa đêm kín người. rồi
tôi ngủ quên. dường như thế
Tôi mơ cùng giấc mơ của những chiếc bình gốm.
Chúng cười mãi không bao giờ
mím miệng. môi đầy bụi

Không hề có những thảm não buồn đau trong lời thơ tịnh mạc, Tình yêu trong thơ là tình yêu thiên nhiên, hòa mình vào với cây cỏ núi đồi, đọng lại trong hồn người cô tịch là sự thảnh thơi không có mong cầu. Những dòng thơ của Nguyễn Đức Nhân thường khi cho người đọc tâm thái nhẹ nhàng của một hành giả buông bỏ mọi tham dục sân si, để vui được với cơn gió thoáng qua, nhẹ nhàng theo mây trắng ngang đồi, và an lạc như ông tâm sự: "Tôi chọn sống đời tri túc, như đạo sĩ giữa rừng xanh."

Đây là một bài thơ mới của Nguyễn Đức Nhân mà tôi trân trọng vì như thấy đó chính là tính chất của thơ Nguyễn Đức Nhân: Chân thành, Chí tình và Mộc mạc nhưng chính con người của Ông:

Về thăm chốn cũ - Sài-gòn
Thấy mình nhếch nhác. sạm giòn nắng mưa
Sờ cằm. Râu mọc lưa thưa
Bước chân trĩu nặng nghìn xưa rừng già
Bóng rừng quẫy đạp trong ta
Đêm thao thức. Nhớ non xa nắng tàn
Về thôi. Đêm tím đại ngàn
Thôi về. thở ánh trăng vàng thiên thu
(Về Thăm Chốn Cũ - Saigon)

Thương và nhớ lắm lần lên thăm Tà Ngào, đứng trước hiên nhà, nhìn ra bạt ngàn rừng xanh, dàn Lan rừng tỏa mùi thơm rất nhẹ và xa xa kia, những đám mây trắng nhẹ nhàng trôi, an lạc như những bài thơ của Nguyễn Đức Nhân.

Nguyễn Minh Nữu
8/24

THƯ CHỦ BIÊN GIO-O, BÀ LÊ THỊ HUỆ VIẾT:
"... Còn nhà thơ Nguyễn Đức Nhân thì sao? Nguyễn Đức Nhân gửi thơ đến Gió O rất dè sẻn. Nhưng hầu như bài nào của ông tôi cũng đăng. *Tôi tự hỏi thơ của Nguyễn Đức Nhân đáng lẽ phải được tuyên dương sớm hơn. Ông làm thơ đã lâu. Chữ nghĩa cao rộng, thơ văn bén nhạy, cõi thơ của Nguyễn Đức Nhân như chung rượu ngon quyến rũ. Tôi đọc thơ ông và thèm đọc tiếp, đọc tiếp thơ của ông hơn nữa ..."*

LÊ THỊ HUỆ
TẢN MẠN VĂN HỌC

Trích một đoạn trong bài *"**NHẠC Ở THƠ CHỮ**"*

"... Theo tôi có một thứ nhạc chảy ra trên thơ chữ. Là nhạc câm nín không phát ra lời ở cửa miệng giao cấu với tai nghe đọc lời thơ. Nhưng nhu cầu nhạc từ những con chữ vẫn róc rách trong lòng ngôn ngữ.

Thơ chữ có một điểm mạnh bất ngờ, xóc lên óc trí tuệ của thơ. Nghĩa là thơ chữ có tiềm năng thỏa mãn được nhu cầu trí tuệ, nhu cầu sinh hoạt não bộ. Vì thơ chữ lặn vào trong người. Vì lặn vào trong nên nó tự động tìm đường luân lưu. Thế là nó chạy xuyên suốt trong cơ thể và máu chạy lên óc. Nên thơ chữ gần gũi đến nét thẩm mỹ của ngôn ngữ phía trong da thịt ngôn ngữ nuôi thức ăn cho trí não. Đứng về phương diện này, có

những bài thơ chữ để cho trí não đọc lên thì thấy đã. Nhưng khi "phát ra ngoài cơ thể nghe thành lời" theo cách cổ điển thì có thể "nghe không lọt lỗ tai" lắm.
Đơn cử bài thơ của Nguyễn Đức Nhân

MỘT SỰ THẬT KHÁC NỮA
Những trái tim nhút nhát
hang ổ của bóng tối
sợ hãi sự rỗng không trước mặt và sau lưng
nhớn nhác tìm nơi trú ẩn
kỳ vọng
Thần Linh
nơi nương nhờ bí nhiệm
từ đó
không lối thoát - hai bàn tay cố giữ
cánh cửa nô lệ
(thơ Nguyễn Đức Nhân)

Nhạc đã chảy ra từ âm chữ "Nhút Nhát". Tiếp theo là tiếng chuông chữ ngắn gọn boong, boong "nhớn nhác" "kỳ vọng" "Thần Linh". Hai chữ thôi. Rất cô đọng thơ. Rất mệnh đề tuyên xưng của thơ. Sự dối trá của nhân loại nép mình vào tôn giáo. Từ chùm âm nhạc của hai chữ "Nhút Nhát" tác giả bùa chú phù phép một hơi thở thơ vào cuộc cách mạng thần linh. Để Sự nô lệ của con người vào tôn giáo bằng tiếng nhạc chữ eo sèo "Nhớn Nhác". Hãy cho bài thơ này một tiếng nhạc bởi sự "Hai Chữ": "Nhút Nhát, Nhớn Nhác, Kỳ Vọng Thần Linh". Bài thơ tạo ra được nhạc điệu ngắn của sự "Hai Chữ" để nói lên được sự yếu đuối của hồn người nô lệ vào tôn giáo vào thần linh như một sự nô lệ tăm tối. Một bài thơ mạnh mẽ bởi tiếng nhạc boong boong tả lại tình trạng nô lệ của nhân loại vào tôn giáo. Các chữ trong bài thơ không vần điệu. Nhưng tôi vẫn nghe ra được một tiếng nhạc chảy ra từ cái đẹp của suy tưởng. Một bài thơ ngắn thả nhạc từ chữ của trí tuệ, của suy tư, của chiều sâu rộng trí não; hàm chứa một thứ triết lý vĩ đại về sự tăm tối của linh hồn và đức tin của nhân loại. Bài thơ mô tả thân xác với trái tim và hai bàn tay đã ghì chặt sự nô lệ của đức tin của con người. Bài thơ khích thích rằng chính bản chất nô lệ đã tròng con người vào vào các đức tin tôn giáo.

Với tôi đây là một bài thơ chữ hoàn tất vai trò "thi ca là là chỗ chà triết lý sáng nhất". Tôi rất thích vì nó có bề sâu của trí não suy sự. Ngoài ra bài thơ tuyệt vời ở điểm là dài không thừa chữ, ngắn thiếu chữ. Chữ nghĩa phong phú và cách xếp đặt bài thơ của nhà thơ Nguyễn Đức Nhân tôi gọi là một tay thi sĩ mát chữ." ...

NGOC LAN THI NGUYEN

Nhận xét về bài thơ ***"NHỮNG Ý NGHĨ RỜI TRONG LÚC DÙNG ĐIỂM TÂM BÊN CỬA SỔ"*** của Nguyễn Đức Nhân

"Hay.

Bài thơ hay nguyên vẹn. Ẩn chứa triết lý thi ca khiến người đọc "thấm" một cách nhẹ nhàng. Ảnh tượng rất thơ mộng nhưng cũng rất sầu buồn nhân thế. Và nhạc thơ thì lan tỏa trong cách bày vẽ "liên thanh chữ" của tác giả. Tôi đọc thơ của Nguyễn Đức Nhân từ thời trước 1975 trên báo Văn này nọ. Ông có một số bài rất kiệt xuất. Vì tính ông Nguyễn Đức Nhân thâm trầm kín đáo, ít giao tiếp, nên ít được các anh phê bình gia để ý và nhắc đến. Nhưng ông có khá nhiều thơ chuẩn Thi Ca miền Nam. Sau này sống với chế độ mới, thơ ông hơi bị gò bó cảm xúc. Tôi muốn làm một cuộc phỏng vấn với hai ông thi sĩ miền Nam có nhiều thơ hay nhưng hơi bị dìm hàng là hai thi sĩ Chu Ngạn Thư và Nguyễn Đức Nhân, nhưng cả hai ông đều ngại ngùng từ chối. Chắc ớn những câu hỏi ba trợn của Lê Thị Huệ quá, hi hi. Cám ơn nhành Ngọc Lan đã đồng cảm (lth)"

Ngoc Lan Thi Nguyen
Gió-O Hải Ngoại

NHÀ GIÁO HOÀNG VĂN LÃM

Chùm thơ lục bát quá hay. Chỉ là cỏ cây bình dị, ngôn từ mộc mạc mà sao hồn thi sĩ chan chứa yêu thương, cảm xúc trào dâng đi vào lòng người một cách hồn nhiên như vậy. Chúc bạn bệnh tật thuyên giảm để còn sáng tác cho đời những vần thơ tuyệt tác.

Bạn thiết HVL
7 thg 9, 2020

**Bạn thân từ thời trung học - đã ý kiến về thơ LỤC BÁT của Nguyễn Đức Nhân, đăng trên Facebook.*

MỤC LỤC

Nhân Ảnh
2024

Liên lạc Nhà xuất bản
Nhân Ảnh

E.mail: han.le3359@gmail.com
(408) 722-5626

www.ingramcontent.com/pod-product-compliance
Lightning Source LLC
LaVergne TN
LVHW050654051026
849532LV00002B/637
* 9 7 9 8 3 3 0 4 2 0 4 3 8 *